సోక్రటీస్

◆ జీవిత చరిత్ర ◆

నిడమర్తి ఉమారాజేశ్వరరావు

 నవచేతన పబ్లిషింగ్ హౌస్

SOCRATEES - *Nidamarthi Uma Rajeswara Rao,*

ప్రచురణ నెం. : 294/59 R2

ప్రతులు : 1000

రెండవ ముద్రణ : డిసెంబర్, 2018

© నవచేతన పబ్లిషింగ్ హౌస్

 వెల: ₹70/-

ప్రతులకు:

నవచేతన పబ్లిషింగ్ హౌస్

గిరిప్రసాద్ భవన్, బండ్లగూడ(నాగోల్) జి.ఎస్.ఐ. పోస్ట్

హైదరాబాద్-500068. తెలంగాణ.

ఫోన్స్-అకౌంట్స్: 040-29884453.

ఫోన్స్-గోడౌన్: 040-29884454.

E-mail: navachethanaph@gmail.com

నవచేతన బుక్ హౌస్

బ్యాంక్ స్ట్రీట్ (ఆబిడ్స్), కూకట్‌పల్లి,

కొండాపూర్, బండ్లగూడ(నాగోల్)-హైదరాబాద్.

హన్మకొండ, ఖమ్మం.

ముద్రణ : నవచేతన ప్రింటింగ్ ప్రెస్, హైదరాబాద్.

మా మాట

గ్రీకు తత్త్వశాస్త్రాన్ని గురించి అధ్యయనం చేసే సందర్భంలో ప్రాచీన తత్త్వశాస్త్రం ఆరంభ వికాసాలను తెలుసుకోవటం చాలా అవసరం. ప్రాచీన తత్త్వశాస్త్రం అన్నప్పుడు ఓ రకంగా ప్రపంచంలో గ్రీకు తత్త్వశాస్త్రం అనే అనచ్చు. దాన్ని సోక్రటీస్ పరిపుష్టిం చేశాడు. గ్రీకు తత్త్వశాస్త్రవేత్తలను అనేక విధాలుగా ప్రభావితం చేసిన వ్యక్తి ఆయన. క్రీ.పూ. 469 లో జన్మించిన సోక్రటీస్ తన భావాలతో ఆనాటి యువకులనెందర్నో ప్రభావితం చేశాడు. ఎథెన్సు నగరంలో ఉండే వీధుల్లో, సంతల్లో, బజార్లల్లో, దేవాలయాల్లో - అంతెందుకు ఎక్కడ నలుగురు చేరితే అక్కడల్లా - ముతకబట్టలు కట్టి చేతులెత్తి గంభీరంగా చమత్కారంగా, హేతుబద్ధంగా, నిశితంగా మాట్లాడే వ్యక్తి ఎవరని ఎవర్ని అడిగినా చెప్పేది అతడు 'సోక్రటీస్' అని. సంపన్న వర్గాలవాళ్ళు తమ పిల్లలు సోక్రటీస్ బోధనలకు ప్రభావితులౌతుంటే కొంపలంటుకున్నట్టు గగ్గోలు పెట్టేవాళ్ళు. అంతటి మాటకారి సోక్రటీస్. "జీవించడం ఎలాగో, మరణించడం ఎలాగో గొప్ప సత్యాగ్రహి అయిన సోక్రటీస్ నుంచి భారతీయులు నేర్చుకోవాలి" అని ఓ సందర్భంలో మహాత్మాగాంధీ అన్నాడంటే, మన యువతరం సోక్రటీస్ జీవితాన్నీ, బోధనలనూ గురించి తెలుసుకోవాల్సిందే. తాత్త్విక చర్చల సరళి ఎలా వుండాలో సోక్రటీస్ నుండి నేర్చుకోవాల్సిందే.

ప్రముఖ సాహితీవేత్త శ్రీ నిడమర్తి ఉమారాజేశ్వరరావుగారు రాసిన ఈ చిన్న పుస్తకం సోక్రటీస్ జీవితం - రచనల గురించీ, నాటి గ్రీకు తత్త్వవేత్తలలో అతని స్థానం గురించీ తెలుసుకోటానికి ఉపయోగపడ్తుంది. సహృదయ పాఠకులు మా ఈ ప్రయత్నాన్ని ఆదరిస్తారని ఆశ.

- ప్రకాశకులు

ఇందులో...

ప్రాచీన తత్త్వశాస్త్రం

తత్త్వశాస్త్రంలో మూడు విభాగాలు ఉన్నాయి: ప్రాచీన తత్త్వశాస్త్రం క్రీ.పూ. 600 నుంచి సుమారు క్రీ.శ. 400 దాకా. మధ్యయుగ తత్త్వశాస్త్రం క్రీ.శ. 400 నుంచి 1600 దాకా. ఆధునిక తత్త్వశాస్త్రం క్రీ.శ. 1600 నుంచి నేటిదాకా.

ప్రాచీన తత్త్వశాస్త్రం పూర్తిగా గ్రీకు తత్త్వశాస్త్రమే అని చెప్పవచ్చు. క్రీ.పూ. 400కీ, క్రీ.పూ. 300కీ మధ్య వున్న సోక్రటీస్, ప్లేటో, అరిస్టాటిల్ ప్రాచీన తత్త్వశాస్త్రజ్ఞుల్లో అత్యంత ప్రముఖులు. వారి తత్త్వశాస్త్రం - తదుపరి పాశ్చాత్య సంస్కృతినంతటినీ ప్రభావితం చేసింది. అధిభౌతిక శాస్త్రం (Meta Physics), విజ్ఞానశాస్త్రం, తర్కశాస్త్రం, నీతి నియమాలకి సంబంధించి మనకి వున్న భావాలన్నింటికీ మూలం వారి ఆలోచనల్లో వుంది. ప్రాచీన గ్రీసులో పలు విశిష్ఠ తాత్త్విక సంప్రదాయాలు కూడా పరిఢవిల్లాయి.

తొలి గ్రీకు తత్త్వశాస్త్రజ్ఞులను సోక్రటీస్ పూర్వ తత్త్వ శాస్త్రజ్ఞులు అంటారు. వీరిలో అత్యధిక సంఖ్యాకులు సోక్రటీస్ జన్మించిన సుమారు క్రీ.పూ. 469కి పూర్వులు. ప్రకృతి, విశ్వం, వాస్తవిక ప్రపంచ స్వభావం - యీ మూడు అంశాల పట్ల సోక్రటీస్ పూర్వ తత్త్వ శాస్త్రజ్ఞులు ప్రధానంగా ఆసక్తి ప్రదర్శించారు. ప్రకృతిలో కనిపించే వాటన్నింటికి మూలంలో వున్న పదార్థమేమిటో గుర్తించాలనీ దానిద్వారా సమస్త ప్రాకృతిక అంశాలనూ వివరించాలనీ వాళ్ళు ప్రయత్నించారు.

దేవుళ్ళు లేక ప్రకృతికి అతీత శక్తులే ప్రాకృతిక ఘటనలన్నింటికీ కర్తలని సోక్రటీస్ పూర్వ తత్త్వ శాస్త్రజ్ఞులు విశ్వసించలేదు. ప్రాకృతిక విషయాలకు సహజ సిద్ధమైన వివరణ యిచ్చేందుకు వాళ్ళు ప్రయత్నించారు. విశ్వం అనేది పరస్పరం సంబంధం కలిగిన సమీకృత విషయాల సమాహారమనీ, వాటిని ఆలోచనద్వారా వివరించగలమనీ వాళ్ళు భావించారు. మౌలికమైన తాత్త్విక ప్రశ్నలకి వాళ్ళు భిన్న భిన్నమైన, పరస్పర విరుద్ధమైన సమాధానాలు యిచ్చారు. వాళ్ళు ఇచ్చిన ఆ సమాధానాల కంటే, ఆ సమస్యలను వాళ్ళు పరిశీలించగలిగారన్నది విశేష ప్రాముఖ్యం కలిగిన అంశం. తాము ఆధారపడగలిగిన పూర్వ తాత్త్విక ప్రాతిపదిక యేదీ వాళ్ళకి లేకపోయినప్పటికీ, వాళ్ళ భావాలు తదుపరి తత్త్వవేత్తలందరికీ సాంప్రదాయిక, ప్రామాణిక ప్రాతిపదికను కల్పించాయి.

సోక్రటీస్ పూర్వ తత్త్వశాస్త్రం, తత్త్వవేత్తలు

సుమారు క్రీ.పూ. 600కీ, క్రీ.పూ. 400కీ మధ్య అంటే, ప్రసిద్ధ గ్రీకు తత్త్వవేత్త సోక్రటీస్ పూర్వం గ్రీకు తత్త్వవేత్తలు పెంపొందించిన తత్త్వశాస్త్రం. సోక్రటీస్ పూర్వ తత్త్వవేత్తల ప్రాకృతిక విశ్వాన్ని ప్రాకృతిక సూత్రాల ద్వారా అర్థం చేసుకునేందుకూ, వివరించేందుకూ ప్రయత్నించారు. వాళ్ళు పరస్పర విరుద్ధ సిద్ధాంతాలను రూపొందించినప్పటికీ, విశ్వ ఆవిర్భావం గురించీ, విశ్వ సహజ క్రమాలను గురించీ వాళ్ళ మౌలిక ఆసక్తిలో మాత్రం భేదం లేదు. సోక్రటీస్ - పూర్వ తత్త్వవేత్తలు తదుపరి తత్త్వవేత్తల కృషికి పునాది వేశారు.

సోక్రటీస్ పూర్వ తత్త్వవేత్తలను గురించి తెలుసుకునేందుకు అరుదుగా లభించే సోక్రటీస్ - పూర్వ రచనలే తప్ప మరే ఆధారమూ లేదు.

తొలి సోక్రటీస్ - పూర్వ తత్త్వవేత్తలు ఆసియా మైనర్‌లో క్రీ.పూ. 500ల్లో గ్రీసులోని మిలెటస్ అనే ఒక నగరంలో నివసించారు. ఈ విశ్వం; ఒక మూల పదార్థం నుంచి ఉద్భవించిందనీ, ఆ మూల పదార్థంతో కూడివుందనీ యీ తత్త్వవేత్తలు విశ్వసించారు. పండితులకు తెలియవచ్చిన తొలి సోక్రటీస్ - పూర్వ తత్త్వవేత్త థేల్స్ యీ మూలపదార్థం నీరు అని బోధించాడు. ఆ బృందంలోని మరొక తత్త్వవేత్త అనక్సిమాండర్ యీ విశ్వం ఒక చిరంతన పదార్థం నుంచి ఆవిర్భవించిందనీ, ఆ పదార్థం అనిర్దిష్టమైనదనీ భావించాడు. అనక్సిమెనిస్ ఈ మూల పదార్థం వాయువనీ, నీరు, అగ్నివంటి యితర పదార్థాలు - వాయువు ఘనీభవించడం ద్వారా లేక అది తక్కువ దట్టం అయినప్పుడు ఏర్పడ్డాయని అభిప్రాయపడ్డాడు.

దాదాపు అదే కాలంలో ఈనాటి దక్షిణ ఇటలీ ప్రాంతానికి చెందిన పైథాగరస్ విశ్వాన్ని అంకెల ద్వారా వివరించాడు. అతను అన్ని వస్తువులూ అంకెలేననీ లేక వాటన్నింటినీ అంకెలకి కుదించవచ్చుననీ బోధించాడు. ప్రతి వస్తువూ యితర వస్తువులతో సమరసంగా అనుబంధితమై వుందని కూడా పైథాగరస్ విశ్వసించాడు. ఇందుకు భిన్నంగా, హెరాక్లిటస్‌కి ప్రపంచంలో ఘర్షణ మాత్రమే కానవచ్చింది. ప్రతిదీ నిరంతరాయంగా మార్పుచెందుతూ, కదులుతూ వుంటుందనీ, యేదీ మరుక్షణంలో వెనకటి క్షణంలో మాదిరిగా వుండదనీ అభిప్రాయపడ్డాడు.

పర్మెనైడిస్ బోధనలు క్రీ.పూ. 400ల్లో బాగా ప్రాచుర్యం పొంది, యితర సోక్రటీస్ - పూర్వ తత్త్వవేత్తలకు ఒక సమస్యగా పరిణమించాయి. తత్త్వవేత్తలు అంతవరకు మార్పు, చలన, బహుత్వాల (ప్రకృతిలో కనిపించేవన్నీ అనేక పదార్థాలతో కూడినవన్న) అస్తిత్వం గురించి నమ్ముతూ వచ్చారు. మార్పు, చలన, బహుత్వాలు అవాస్తవికమైనవనీ, ఎందుకంటే, వాటి ఉనికికి లేనిదేదో ఒకదాని ఉనికి అవసరమవటమే కారణమనీ పర్మెనైడిస్ వాదించాడు; లేనిదాన్ని గురించిన భావం ఊహకి అందని విషయంగా పర్మెనైడిస్ తోసిపుచ్చాడు. విశ్వం ఏకరూపమైనదనీ, చలనరహితమైనదనీ, మార్పులేనిదనీ, దానికి ఆవిర్భావ, వినాశాలు లేవనీ పర్మెనైడిస్ అన్నాడు.

పర్మెనైడిస్‌కి విశేషమైన పలుకుబడి వుండేది గాని అనుచరులు మాత్రం స్వల్పంగా వుండేవారు. అతని ప్రత్యర్థులు అతని వాదనలను ఖండించలేక, అతని నిర్ధారణలను లోకజ్ఞానంతో పొసగించేందుకు ప్రయత్నించేవారు.

ఆవిర్భావ, వినాశాలు లేక సృష్టి - లయలు వుండజాలవనే వాదనని ఎంపిడోక్లిస్ ఆమోదించాడు. అలాంటి వాటి ఉనికిని అతను భూమి, వాయువు, అగ్ని, జలం అనే నాలుగు శాశ్వత మూలశక్తుల దృష్ట్యా - ప్రేమద్వారా కలిసి, ఘర్షణ ద్వారా విడిపోయేవిగా - వివరించాడు.

మనస్సు అనే ఒకానొక శక్తి వుందనీ, అది ప్రారంభించే భ్రమణంద్వారా అసంఖ్యాకమైన మూలశక్తులు అనాదినుంచీ వున్న మిశ్రమం నుంచి వేరుపడ్డాయనీ అనాక్సగోరస్ విశ్వసించాడు. ప్రతి ఒక్కదానిలోనూ అన్ని మూలశక్తులూ వుంటాయనీ అయితే, అవి భిన్న భిన్న నిష్పత్తుల్లో వుంటాయనీ అనాక్సగోరస్ అభిప్రాయపడ్డాడు. పదార్థాన్ని స్వల్పాతి స్వల్ప విభాగాలు చేయడం సాధ్యమని అనాక్సగోరస్ భావించాడు.

క్రీ.పూ. 400 ల చివర్లో ల్యూసిపస్, డెమొక్రిటస్‌లు పరమాణువాదం అనే సిద్ధాంతాన్ని ప్రతిపాదించారు. విశ్వం అతి చిన్న, ఘన, అవిచ్ఛిన్న పరమాణువులతో కూడి వుందనీ, అవి అంతరాళంలో పరిభ్రమిస్తూ వుంటాయనీ, అవి గుచ్ఛాలుగా కూడి, అందరికీ కానవచ్చే పెద్ద వస్తువులుగా రూపొందుతాయనీ వాళ్ళు బోధించారు.

సోఫిస్టు తత్త్వశాస్త్రం

సోఫిస్ట్ తత్త్వశాస్త్రం అనేది ఒక విద్యా ఉద్యమం. ఇది క్రీ.పూ. 400 మధ్యలో గ్రీసులోనే నగర రాజ్యాల్లో వ్యాప్తి చెందిన ఉద్యమం. సోఫిస్టులు వివిధ భాషలనూ, వక్తృత్వాన్నీ బోధిస్తూండే సంచార బోధకులు. ఏథెన్సు వంటి ప్రాచీన ప్రజాస్వామ్యాలకి యీ రెండూ కీలకమైన అంశాలు, సోఫిస్టులకి తాత్త్విక ఆలోచనల పట్లా, భౌతిక విశ్వ స్వభావం పట్లా ఆసక్తి లేదు. పైగా వాళ్ళు సాంప్రదాయిక నీతి సూత్రాలను విమర్శించి, ప్రపంచంలో విజయం సాధించడమే యోగ్యతగా అభివర్ణించారు.

చట్టం అనేది సహజ వ్యవస్థలో ఒక భాగం కాదనీ, అది కేవలం ఒక ఆచారం మాత్రమేననీ సోఫిస్టులు విశ్వసించారు. చట్టం పిడికిలి నుంచి తప్పించుకోగలిగిన తెలివిమంతులకు దాన్ని పాటించవలసిన విధి, బాధ్యతలు లేవన్నారు. సోఫిస్టుల భావాలు అస్పష్టమైనవనీ, పరస్పర విరుద్ధమైనవనీ, అంతేకాక ప్రత్యేకించి వాళ్ళ బోధనలకు సామాజిక వ్యవస్థను నాశనం చేయగలిగిన ప్రమాదం వుందనీ అందుకే సోక్రటీస్ వాటిని వ్యతిరేకించాడని ప్లేటో పేర్కొన్నాడు.

ప్రసిద్ధ సోఫిస్టులు

ప్రోటగోరస్, గోర్జియస్, ఆంటిఫన్లు ప్రసిద్ధ సోఫిస్టులు. సమాజాన్ని పదిలంగా కూడగట్టి వుంచేందుకుగాను పురాతన సంప్రదాయాలనూ, పండుగలనూ, వేడుకలనూ అనుసరించాలనీ ప్రోటగోరస్ అభిప్రాయపడ్డాడు. మేధస్సుకి ఉత్తేజం కలిగించే భావాలకూ, సంశయవాద భావాలకూ గోర్జియస్ ప్రసిద్ధి చెందాడు. పౌర చట్టానికీ, జీవితంలో సుఖం కోసం వ్యక్తి సహజంగా చేసే అన్వేషణకీ మధ్య భేదాన్ని ఆంటిఫన్ వక్కాణించి చెప్పాడు. మనుషులు చట్టాన్ని తప్పించుకొని, వ్యవహరిస్తే తమ సహజ వాంఛలను తీర్చుకొని, తరచు లబ్ధిపొందగలుగుతారని ఆంటిఫన్ అభిప్రాయపడ్డాడు.

సోక్రటీస్ జీవితం, గ్రీసుదేశ పరిస్థితులు

లభ్యమైన సోక్రటీస్ శిలా విగ్రహాన్ని చూస్తే ఆయన అంథగాడు కాడనీ, ఆయనది బట్టతల అనీ, ముఖం గుండ్రంగా వుండేదనీ, మిడి గుడ్లనీ, చట్టి ముక్కనీ తెలియవస్తుంది. అయితే మరింత నిశితంగా పరిశీలించినప్పుడు ఆయన ముఖంలో నిగర్వం, సాదాతనం, ఆలోచనా పరత్వం, దయార్ద్రత కనిపిస్తాయి. ఈ లక్షణాలే ఆయన్ని ఆనాటి ఏథెన్సులోని అత్యుత్తమ యువ జనానికి ప్రీతిపాత్రుడైన గురువును చేశాయి. ఆయన్ని గురించి తెలిసినది స్వల్పమే అయినా, కులీన ప్లేటోని గురించీ; మితభాషీ, పండితుడూ అయిన అరిస్టాటిల్‌ని గురించీ తెలిసిన దానికంటే సన్నిహితంగా చాలానే తెలుసుననిపిస్తుంది. ఆ విగ్రహాన్ని చూస్తుంటే సుమారు రెండున్నరవేల సంవత్సరాల క్రితం ఎప్పుడూ ఒకే మాదిరి నలిగిన ముతక దుస్తులు ధరించి వీధుల్లో, సంత బజార్లలో, అఖాడాల్లో, దేవాలయ ప్రాంగణాల్లో; తన చుట్టూ యువకులూ, విద్యావంతులూ గుమికూడగా కుహనా పండితుల్ని పట్టుకుని మీకు ఆయా విషయాలను గురించి ఏమి తెలుసునని నిగ్గదీసే సోక్రటీస్ మన మనో నేత్రాల ముందు మెసులుతాడు.

సోక్రటీస్ సుమారు క్రీ.పూ. 469లో జన్మించాడు. తండ్రి సోఫ్రోనిస్కస్ అనే విగ్రహ శిల్పి. తల్లి ఫినారెటె అనే మంత్రసాని.

క్సాంతిపెని వివాహం చేసుకునే నాటికి సోక్రటీస్ మధ్య వయస్కుడు. వాళ్ళకి ముగ్గురు పిల్లలు (లాంప్రొక్లిస్, సోఫ్రోనికస్, మెనెక్సెనస్.) సోక్రటీస్ ఏ వృత్తీ చేపట్టలేదు. సంసార విషయాలు, గృహ బాధ్యతలు పట్టించుకునేవాడు కాదు. అతను సిసలైన తత్త్వవేత్తగా వివేక, సత్యాల అన్వేషకుడుగా పరిణతి చెందాడు.

సోక్రటీస్ గురించి తెలిసిన విషయాలు పరస్పర విరుద్ధమైనవి. ఆయన నిత్యం యితరులతో సంభాషించడం, తర్కించడం, వాళ్ళను ప్రశ్నించడమే తప్ప; ఎన్నడూ ఎలాంటి రచనలూ చేయలేదు. ఆయన చుట్టూ నిరంతరం యువకులు, వయస్కులు, మిత్రులు వుండి ఆయన మాటలు వింటూండేవారు. తమని ఆయన శిష్యులుగా వాళ్ళు చెప్పుకొనేవారు. ఆయన ఏ తాత్త్విక పాఠశాలకీ ఎన్నడూ ఆధిపత్యం వహించలేదు. తన అనుచరుల్ని తన శిష్యులుగా ఆయన పరిగణించలేదు. సోక్రటీస్ చతుర భాషి, జిజ్ఞాసువు. వ్యంగ్యదృష్టి కలిగినవాడు. ఆయన తన చుట్టూ వున్నవాళ్ళ పదవినిగాని, సంపదనిగాని, సామాజిక ఉన్నత సంబంధాలనుగాని, సామాజిక అంతస్తునిగాని లెక్కచేసేవాడు కాదు. ఆయన దబ్బును తుచ్ఛమైనదిగా పరిగణించేవాడు. "వివేక బోధకులు" అనబడే సోఫిస్టులను ఎద్దేవా చేసేవాడు. ఆ

సోఫిస్టులు సంపన్న కుటుంబాలకి చెందిన యువకులకు వక్తృత్వాన్ని నేర్పి, దండిగా డబ్బు గుంజుకునేవారు. అది ఎథీనియన్లకి అంతగా నచ్చేది కాదు. తత్త్వశాస్త్రాన్ని ద్రవ్య ప్రతిఫలం చెల్లించవలసిన వృత్తిగా గ్రీకులు ఎన్నడూ గుర్తించలేదు.

సోక్రటీస్‌ని గురించిన సమాచారాన్ని అందించినవాళ్ళు ముగ్గురు: వినోదాత్మక వ్యంగ్య నాటకాలు రచించిన అరిస్టోఫేన్స్; చరిత్రకారుడు, తత్త్వవేత్త అయిన జెనోఫాన్; సోక్రటీస్ ప్రముఖ శిష్యుడు, గొప్ప తత్త్వవేత్త అయిన ప్లేటో; ఇంకా యూక్లిడిస్, ఫీడన్, అంటిస్థెనిస్, అరిస్టిపస్, అరిస్టాటిల్‌ల ద్వారా కూడా సోక్రటీస్‌ని గురించిన విశేషాలు తెలియవచ్చాయి.

అరిస్టోఫేన్స్ ``The Clouds" అనే తన నాటకంలో సోక్రటీస్‌ని ఒక విదూషకుడుగా, మోసకారిగా, కొత్త మతాన్నీ, కొత్త దేవుళ్ళనీ (Clouds) సృష్టించిన స్వాప్నికుడుగా అభివర్ణించాడు. ఎప్పుడూ వీధుల్లో, సంతబజార్లలో దిసపాదాలతో తిరుగుతూ, మిత్రబృందాల మధ్య కనిపించే సోక్రటీస్ నలిగిపోయిన సాదా ముతకదుస్తులు ధరించేవాడు. పొడుచుకు వచ్చిన దౌడ ఎముకలతో, బట్టతలతో, చట్టిముక్కుతో, దళసరి పెదవులతో, దిబ్బ నుదుటితో పొట్టిగా, విదూషకుడిలా వుండేవాడు సోక్రటీస్. ఆయన వ్యంగ్య వాగ్ధోరణి తన ప్రశ్న పరంపరకి ఎర అయిన శ్రోత అహాన్ని నేల కరిపించేది. అతనిచేత ఆయన జితోస్మి అనిపించేవాడు. సౌందర్యం, న్యాయం, స్నేహం, వివేకం, ధైర్యం వంటి అంశాలపైన ఆయన గుప్పించే ప్రశ్నలు శ్రోతలచేత జీవిత విలువలను గురించి ఆలోచింపజేసేవి. సమాజంలో మనిషిపాత్ర, అతని విధులు, బాధ్యతలు ఏమిటో, చట్టాలతో మనిషి సంబంధం ఎలా వుండాలో, దేవుళ్ళను మన్నించాల్సిన; విద్యార్జన చేసి, మిత్రులను సంపాదించుకోవలసిన అవసరం క్షుద్రవాంఛలను నిర్జించవలసిన అవసరం ఎంతగా వుందో అంటే, మనిషి పౌరవిధులు నిర్వర్తిస్తూ, ఎలా జీవించాలో బోధించేవాడు. సోక్రటీస్ బోధించిన యీ ఆదర్శాలు అధిక సంఖ్యాకుల్లో వున్న అజ్ఞానాన్ని ఎత్తిచూపాయి. చిరకాల సంప్రదాయాలపట్ల వారికి గల అంధవిశ్వాసాలు సోక్రటీస్‌పట్ల అనుమాన బీజాలను నాటి, ప్రతికూల భావాలను రేకెత్తించాయి.

సోక్రటీస్‌ని అనుసరించిన వారిలో కొద్దిమంది యువకులు సంపన్న కుటుంబాలకు చెందినవాళ్ళు. వాళ్ళు తమ తండ్రుల దాష్టీకపు పెత్తనాన్నీ, ప్రభుత్వ అధికారాన్నీ ధిక్కారభావంతో చూసి, సమాజంలో త్వరితంగా మౌలికమైన మార్పులు రావాలని కలలు కన్నవాళ్ళు. సోక్రటీస్ యువశిష్యుల్లో కొందరికి క్రమంగా "సామాన్య" మానవులను–విద్యా, విజ్ఞానవంతులను చేయడంలోనూ, ధనిక కులీనులకు శిక్షణ గరపడంలోను ఆసక్తిలేదు. ధనిక కులీనులపైన నిషేధాలు విధించడం, జన సామాన్యాన్ని అణచిపారెయ్యడం వాళ్ళకి సులభ పరిష్కారమార్గంగా కనిపించింది.

ఆయన చుట్టూ చేరిన ఆ యువజనులే యూరోపియన్ తత్త్వశాస్త్ర సృజనలో ఆయనకి తోడ్పడ్డారు. ఆయన చుట్టూ చేరిన వారిలో ధనిక యువకులైన ప్లేటో,

అల్సిబియాడిస్‌లు వున్నారు. వాళ్ళకి ఎథీనియన్ ప్రజాస్వామ్యాన్ని సోక్రటీస్ వ్యంగ్యాత్మకంగా విమర్శించడం, విశ్లేషించడం మహా యింపుగా వుండేది. సోక్రటీస్ దారిద్ర్యాన్ని వర్ణించి, దారిద్ర్యాన్ని మతప్రాయంగా పరిగణించిన ఆంటిస్థెనిస్ వంటి సోషలిస్టులు వుండేవారు. యజమానులు, బానిసలు అంటూ వుండని; అందరూ సోక్రటీస్ మాదిరిగా చీకూచింతాలేని స్వేచ్ఛాజీవులుగా వుండే ప్రపంచంకోసం ఆర్రులు చాచిన అరిస్టిపస్‌వంటి అరాచకవాదులూ వుండేవారు. నిరంతరం చర్చలు, వాదోపవాదాలు సాగించే ఆ యువక బృందంలో అన్ని సామాజిక చింతన శాఖల ప్రతినిధులూ వుండేవాళ్ళు.

సోక్రటీస్ ఎన్నడూ ఏ వృత్తీ అవలంబించలేదు. మరుసటిరోజు ఎలా గడుస్తుందని పట్టించుకోలేదు. తన శిష్యులు ఎవరు ఎప్పుడు ఆహ్వానిస్తే అప్పుడు పోయి భోజనం చేసేవాడు. తన భార్యాబిడ్డల్ని పట్టించుకోని సోక్రటీస్‌కి స్వగృహంలో ఏమంత సాదర సత్కారం లభించేదికాదు. ఆయన భార్య క్సాంతిపెని దృష్టిలో ఆయన ఎందుకూ పనికిమాలిన సోమరిపోతు. కుటుంబానికి కూడూ గుడ్డా సమకూర్చిన దానికంటె కుఖ్యాతి తెచ్చిపెట్టినవాడు. గయ్యాళిగా పేరుపడిన క్సాంతిపెని సైతం సోక్రటీస్‌పట్ల ప్రేమ లేకపోలేదనేందుకు సోక్రటీస్ మరణానికి ముందు జైలుకిపోయి ఆమె విలపించడమే తార్కాణం.

సోక్రటీస్ శిష్యులు ఆయన్ని ఎందుకు తత్త్వవేత్తగానే కాక, వ్యక్తిగా కూడా ఆరాధించేవారు. యుద్ధరంగంలో సోక్రటీస్ ప్రాణాపాయానికి సైతం వెరవకుండా అల్సిబియాడిస్‌నికా పాడాడు. పెద్దమనిషిలా వ్యవహరించేవాడు. మితంగా తాగేవాడు. అన్నింటికంటే ముఖ్యంగా ఆయనలో తనొక మహాజ్ఞానినన్న అతిశయం లేకపోవడం వాళ్ళకి నచ్చేది. డెల్ఫీ దివ్యవాణి సోక్రటీస్‌ని గ్రీకుల్లోకెల్ల మిక్కిలి వివేకి అని ప్రకటించినప్పటికీ సోక్రటీస్ నాకు తెలిసిందల్లా నాకేమీ తెలియదన్నదే అంటూండేవాడు. మనుషులు చిరకాల విశ్వాసాలను, పిడివాదాలను, సూత్రాలను సంశయించనారంభించడంతోనే తత్త్వశాస్త్రం ప్రారంభమవుతుంది. అందుకే సోక్రటీస్ `Gnothi Seauton' 'నిన్ను నువ్వు తెలుసుకో' అంటూండేవాడు.

సోక్రటీస్‌కి పూర్వం థేల్స్, హెరాక్లిటస్, పర్మెనైడిస్; ఎలియాకి చెందిన జెనో, పైథాగరస్, ఎంపిడోక్లిస్ వంటి తత్త్వవేత్తలు లేకపోలేదు. కాని వాళ్ళందరూ Physics లేక కొలవదగిన బాహ్య పాదార్థిక వస్తువుల విషయాల, నియమాల స్వభావాన్ని పరిశీలించేందుకే పరిమితులయ్యారు.

ఈ వృక్షాలు, రాళ్ళు చివరకు నక్షత్రాల కంటె కూడా ముఖ్యమైనది వుంది, అది మానవుడి మనస్సు. మానవుడంటే ఏమిటి, అతను ఏమి కాగలడు అనే విషయం పరిశీలనార్హమని తలచాడు సోక్రటీస్.

ఆయన మానవుల మానసిక, ఆత్మ సంశోధన ప్రారంభించాడు. ధర్మం, న్యాయం గురించి ఎవరైనా ఆషామాషీగా మాట్లాడినప్పుడు `to ti' (అంటే ఏమిటి?) అంటూ నెమ్మదిగా ప్రశ్నలు గుప్పించేవాడు. జీవన్మరణాల సమస్యలను మీరు అతి

తేలిగ్గా తేల్చిపారేసే యీ అనిర్దిష్టమైన మాటలకి - మీ దృష్టిలో అర్థం ఏమిటి? గౌరవం, సద్గుణం, నైతికత, దేశభక్తి అనే మాటలకి మీరు చెప్పే అర్థం ఏమిటి? అసలు మీరంటే మీ అర్థం ఏమిటి? ఇలాంటి మనస్తాత్విక, నైతిక ప్రశ్నలకు సమాధానాలు పొందేందుకు సోక్రటీస్ యిష్టపడేవాడు. సరైన నిర్వచనాలను, విస్పష్టమైన ఆలోచనా సరళిని, కచ్చితమైన విశ్లేషణనూ కోరే ఈ "సోక్రటీస్ పద్ధతి" మూలంగా ఇరుకునపడ్డ కొందరు; తను సమాధానాలు యిచ్చేదాని కంటె సోక్రటీస్ ఎక్కువ ప్రశ్నలు అడిగి మనుషుల మనసులను అంతకుముందుకంటె మరింత గందరగోళ పరుస్తున్నాడని ఆరోపించేవారు. అయితేనేం, సోక్రటీస్ సద్గుణం అంటే ఏమిటి? అత్యుత్తమ రాజ్యం ఏది? అనే రెండు ముఖ్య సమస్యలకు చాలా కచ్చితమైన సమాధానాలను సమకూర్చడం ద్వారా తత్త్వశాస్త్రాన్ని సుసంపన్నం చేశాడు. ఆ తరం యువకులకి ఈ రెండు అంశాలకంటే ఎక్కువ ఆసక్తికరమైన అంశాలు మరేవీ ఉండజాలవు కదా.

ఒకప్పుడు ఒలింపస్ దేవీదేవతలపైనా, దైవభీతి మూలంగా నీతి నియమాల పట్ల ఆ యువకులకి వున్న నమ్మకాలను సోఫిస్టులు చెదరగొట్టారు. కాగా తాను చట్టం పరిధిని అతిక్రమించని మేరకు మనిషి తన యిచ్చవచ్చిన రీతిని ఎందుకు వ్యవహరించకూడదన్న ధోరణి ప్రబలింది. ఎథీనియన్లలో వచ్చిన యీ విశృంఖలత్వం కారణంగా త్వరలోనే ఏథెన్సు సుశిక్షితులైన స్పార్టన్ల పాలైంది. కబుర్లు పోగులు, అశిక్షితులైన వ్యవసాయదారులు, వ్యాపారస్తులు నడిపే ఆ రాజ్యం; అకారణంగా సేనానాయకులను బర్తరఫ్ చేసే, అత్యున్నత న్యాయస్థానానికి అక్షర క్రమంలో అశిక్షితులు ఎన్నుకోబడే ఆ రాజ్యం ఎలా నిలుస్తుంది? ఏథెన్సులో ఒక సహజమైన నైతిక ప్రవర్తనావళిని తిరిగి అభివృద్ధి చేయడం ఎలా? ఆ రాజ్యాన్ని కాపాడటం ఎలా? - అనే ప్రశ్నలు తలెత్తాయి.

సరిగా యీ ప్రశ్నలకు సమాధానాలు చెప్పినందుకే సోక్రటీస్‌కి మరణశిక్షా, అమరత్వమూ లభించాయి. సోక్రటీస్ బహుదేవతలపట్ల వెనకటి విశ్వాసాన్ని పునరుద్ధరించివుంటే వృద్ధతరం పౌరులు ఆయన్ని నెత్తిన పెట్టుకునేవాళ్ళు. సోక్రటీస్ తన యువ శిష్యగణాన్ని దేవాలయాలకు మళ్ళించి వాళ్ళచేత దేవీ దేవతలకి బలులు యిప్పించివుంటే వాళ్ళు ఆయన్ని మన్నించి వుందురు. కాని అది ఆత్మహత్యా సదృశమైన విధానమనీ, తిరోగమనమనీ సోక్రటీస్ అభిప్రాయపడ్డాడు. సోక్రటీస్ ఏకేశ్వరోపాసనలో విశ్వాసం ఉంది. పునర్జన్మలో కూడా విశ్వాసం వుంది. వోల్టేర్ సోక్రటీసుని 'ఏకేశ్వరోపాసనపట్ల విశ్వాసం కలిగిన నాస్తికుడు' అనడం బహుశా అందుకే.

మత సిద్ధాంతానికి అతీతంగా నైతిక ప్రవర్తన నియమావళిని పెంపొందిస్తే అది ఆస్తికులకీ, నాస్తికులకీ సైతం అనుసరణీయంగా వుంటుందనీ, మత ధర్మాలు ఎన్ని వచ్చినా, ఎన్ని పోయినా, యీ నైతిక నియమావళి మనుషుల మధ్య అనుబంధంగా వుండి వాళ్ళని శాంతిప్రియులైన పౌరులుగా మలుస్తుందనీ సోక్రటీస్ అభిప్రాయపడ్డాడు.

పొరపాట్లు, పాక్షిక దృష్టి, మూర్ఖత్వం యివే పాపం. శాంతి, భద్రత, సద్భావం వర్ధిల్లాలంటే స్పష్టమైన దృక్పథం వున్నప్పుడే సాధ్యం. జ్ఞానంపైనకాక సంఖ్యాబలంపైన ఆధారపడటం తప్పు. అత్యంత వివేకవంతులు నాయకత్వం వహించినప్పుడు మాత్రమే రాజ్యాన్ని పరిరక్షించడం, దాన్ని బలోపేతం చేయడం సాధ్యం అని వాదించాడు సోక్రటీస్.

ఒకవంక యుద్ధం ముంచుకువస్తోంది. ధనికులు, విద్యావంతులు అయిన అల్ప సంఖ్యాకులు రాజ్యాధికారాన్ని చేజిక్కించుకునేందుకు కుట్రపన్నుతున్నారు. అలాంటి తరుణంలో సోక్రటీస్ ప్రవచించే యిలాంటి భావాలను ఏథెన్సులోని అధికార పార్టీ ఎలా సహిస్తుంది? ఇది వాళ్ళకి కులీనుల సిద్ధాంతంగా కనిపించింది. తత్పర్యవసానమే సోక్రటీస్‌పై అభియోగం.

ఉదాహరణకి, సోక్రటీస్ బోధనలు విన్న క్రిటియాస్, అవ్వబియాడిస్ అనే రాజకీయవేత్తలు ఆనాటి ప్రజాతంత్ర వ్యవస్థను కూలదోసి, అల్ప సంఖ్యాకుల పాలనను లేక నిరంకుశత్వాన్ని నెలకొల్ప ప్రయత్నించి, సోక్రటీస్ భావాలకే ఎసరు పెట్టారు. తరచు తత్త్వవేత్తలు, సోక్రటీస్ శిష్యులే తమ గురువు భావాలను ఖండిస్తూ వచ్చారు.

సోక్రటీస్ పరస్పర విరుద్ధ వ్యక్తిగా కనిపిస్తాడు. ఆయన అధిక సంఖ్యాకుల పాలనను విమర్శిస్తాడు, అదే సమయంలో న్యాయం, చట్టంపట్ల గౌరవం ప్రదర్శిస్తాడు. సాంఘిక విధి బాధ్యతలను నిక్కచ్చిగా పాలించాలంటాడు. ఆయన వ్యంగ్య దృష్టి కలవాడు, నిత్య శంకితుడు. అదే సమయంలో మానవుడి మంచితనంలో అచంచల విశ్వాసం కలిగినవాడు. ఆదర్శ జీవితంకోసం ఆయన అన్వేషణ యిహలోకంలో స్నేహాలను, విందు వినోదాలను సంతోషంగా అనుభవించేందుకు ఆటంకంలేదు. అంతరాత్మ అంతర్వాణిని విని అలా నడుచుకొమ్మనీ, అది హీన కార్యాలకు పాల్పడకుండా తోడ్పడుతుందనీ బోధించాడు. అదే సమయంలో మనిషి ఆత్మకి పునర్జన్మ వుంటుందన్న అభూత విశ్వాసానికి అంటిపెట్టుకొని వున్నాడు. సోక్రటీస్ తన అల్పజ్ఞతను అంగీకరించాడు. అయితేనేం తన పూర్వ నిర్ణీత భవితవ్యాన్ని దృఢంగా విశ్వసించాడు. ఎంతైనా, డెల్ఫీ దేవాలయ దివ్యవాణి సోక్రటీస్‌ని గ్రీకులందర్లోకి మిక్కిలి వివేకవంతుడుగా పేర్కొన్నది కదా మరి!

సోక్రటీస్‌ని గురించి అతి ముఖ్య సమాచారాన్ని అందజేసిన మూలాధారాలు రెండు; సోక్రటీస్ శిష్యులైన జెనోఫాన్ స్మృతులు (Memorabilia symposium), ప్లేటో సంవాదాలు (Dialogues).

జెనోఫాన్ దృష్టిలో సోక్రటీస్ నీతి బోధకుడు, ఎడతెగకుండా, మొండిగా మాట్లాడి, శ్రోతలకు చిర్రెత్తుకొచ్చేలా చేసేవాడు. తన తిరుగులేని తర్కంతో శ్రోతలను విభ్రాంతులను చేసేవాడు, ఉక్కిరిబిక్కిరి చేసేవాడు.

కాగా, ప్లేటో చిత్రించిన సోక్రటీస్ ఎగతాళికి పెట్టింది పేరు. ఏకకాలంలో విషాద, వినోద లక్షణాలు కలిగినవాడు. వివేక, విదూషకత్వాల సమ్మేళనం.

అయితే, జెనోఫాన్, ప్లేటోలు యిద్దరూ సోక్రటీస్ శిష్యులు, అంతే వాసులు. తమ గురువు జీవితాన్నీ, ఉపదేశాలనీ ప్రచారం చేయడంలో, కళాత్మకంగా అక్షరబద్ధం చేయడంలో పోటీ పడినవాళ్ళు. వాళ్ళిద్దరూ సోక్రటీస్‌కి సమకాలికులు, సహచరులు, సోక్రటీస్‌ని ఒక ఐతిహాసిక వ్యక్తిగా చిత్రించినవాళ్ళు.

సోక్రటీస్ ఏథీనియన్ ప్రజాస్వామ్యం వర్థిల్లుతున్న కాలంలో (క్రీ.పూ. 5వ శతాబ్ది రెండవ అర్ధభాగంలో) జీవించాడు. క్రీ.పూ. 5వ శతాబ్ది మొదటి అర్ధభాగంలో పర్షియన్లు ఏథీనియన్ల చేతుల్లో పరాజితులయ్యారు. మానవ వ్యక్తిత్వంపట్ల ఆసక్తి పెరుగుతున్న కాలం అది. విజ్ఞానశాస్త్రం, కళలు, తత్త్వశాస్త్రం, వ్యక్తి మానసిక స్వేచ్ఛ, వ్యక్తి తన సత్తాని, తన స్వేచ్ఛని గుర్తించడం - యివన్నీ వికసిస్తూండటం నాటి గ్రీకు విషాదాంత నాటకాల్లో ప్రతిఫలించింది. ఎస్కిలస్, సోఫోక్లిస్, యూరిపిడిస్‌ల నాటకాల్లో వారి సమకాలికులు సంప్రదాయాలకీ, మతానుష్ఠానాలకీ వ్యతిరేకంగా తిరగబడటం చిత్రింపబడింది. క్రీ.పూ. 6వ, 5వ శతాబ్దాల తత్త్వవేత్తలు మానవ అస్తిత్వ, ప్రకృతి రహస్యాల నుంచి నైతిక ప్రవర్తన నియమావళి అధ్యయనానికి ప్రాథమికంగానే అయినా మళ్ళారు.

క్రీ.పూ. 5వ శతాబ్ది రెండవ అర్ధభాగంలో గ్రీకులకీ, పర్షియన్లకీ మధ్యనేగాక, భూప్రాంతం కోసం, సంపద కోసం, మార్కెట్ల కోసం గ్రీకు నగర రాజ్యాలమధ్య సైతం వైరుధ్యాలు ముదిరాయి. విద్యావంతులకీ, న్యాయశాస్త్ర కోవిదులకీ, పరిశ్రమ నిర్వాహకులకీ సమాజంలో ప్రాముఖ్యం పెరిగింది.

సరిగా ఆ సమయంలో సమాజానికీ, సామాజిక జీవితానికీ, ప్రకృతికీ - మనిషే కేంద్ర బిందువని బోధించే సోఫిస్టులు అవతరించారు. వాళ్ళు వక్తృత్వ నైపుణ్యాన్ని, తర్క కళనీ ఉన్నతస్థాయికి తీసుకెళ్ళారు. సోఫిస్టులు వాక్చాతుర్యాన్నీ, వక్తృత్వ నైపుణ్యాన్నీ ప్రతిఫలం తీసుకొని ఎవరికైనా సరే విక్రయించేవారు. సోఫిస్టుల్లో ప్రోటగోరెస్, గోర్జియస్, ప్రోడికస్, హిప్పియస్‌లు ప్రముఖులు.

సోఫిస్టులు అన్నీ అనుమతినీయమే, నైతిక ప్రమాణాలు సాపేక్షమైనవని బోధిస్తూ జనంలో పలుకుబడి, ప్రతిష్ఠలను కోల్పోయిన తరుణంలో సోక్రటీస్ అవతరించాడు. సోక్రటీస్ యౌవన ప్రాయంలో తన తండ్రితో కలిసి పనిచేశాడు. మంచి విగ్రహ శిల్పి అనే పేరుకూడా తెచ్చుకున్నాడు. సుమారు పాతికేళ్ళ ప్రాయంలో మిగిలిన సోఫిస్టులకు భిన్నంగా, నైతిక సూత్రాలను చాలా ముఖ్యమైనవిగా పరిగణించే సోఫిస్టు ప్రోడికస్ దగ్గర జ్ఞానార్జన చేశాడు. అస్పాసియా అనే ఆమె దగ్గర వక్తృత్వ నైపుణ్యాన్ని అలవరచుకున్నాడు. దరిమిలా సంగీతం, గణితశాస్త్రం, ఖగోళశాస్త్రం అభ్యసించాడు. డయోటిమా అనే పూజారిణి దగ్గర ప్రశ్నోత్తరాలద్వారా సాగే సంభాషణ పద్ధతి (గతితర్కం)లోని రహస్యాలు నేర్చుకున్నాడు.

ఎలియాటిక్ పాఠశాల స్థాపకుడైన పర్మెనైడిస్ దగ్గరా, మానవ హేతుజ్ఞానం కంటె గొప్పది మరేదీ లేదనీ, మనస్సు సర్వ శక్తిమంతమైనదనీ బోధించిన ప్రసిద్ధ తత్త్వవేత్త అనాక్సగోరస్ దగ్గరా సోక్రటీస్ అధ్యయనం చేశాడు. సాంప్రదాయకంగా కొలువబడే దేవుళ్ళను గౌరవించక, పారలౌకిక విషయాలకు శాస్త్రీయ వివరణలు యివ్వ ప్రయత్నించిన అనాక్సగోరస్, పెరిక్లిస్ జోక్యం మూలంగా మరణశిక్షను తప్పించుకొని, ప్రవాసంపోయి క్రీ.పూ. 428లో మరణించడం గురించి సోక్రటీస్ ఎన్నడూ మరువలేదు.

తాత్త్విక విషయాల్లోనూ, జీవితం అంటే యేమిటన్న విషయంలోనూ ఎథీనియన్లతో తనకి అభిప్రాయభేదాలు ఉన్నప్పటికీ, క్రీ.పూ. 432-429 కాలంలో పోటిడేయా ముట్టడిలోను, క్రీ.పూ. 424లో డెలియమ్ యుద్ధంలోనూ, క్రీ.పూ. 422లో ఆంఫిపోలిస్ యుద్ధంలోనూ ఏథెన్సు తరపున సోక్రటీస్ సాహసంగా పోరాడాడు.

పోటిడేయాలో యుద్ధం జరుగుతున్న సమయంలో ఎథీనియన్ శిబిరంలో ఒకరోజున సోక్రటీస్ తన ఆలోచనల్లో తల్లీనుడైపోయి పూర్తిగా ఒక పగలూ, ఒక రాత్రీ నిలిచిన చోటే నిశ్చలంగా నిలుచుండిపోయాడట. పోటిడేయా యుద్ధక్రమంలో అల్సిబియాడిస్‌ని ఆయన కాపాడాడు. ఎథీనియన్ సైనికులు తిరోగమించిన తరుణంలో కూడా సోక్రటీసూ, లాచెస్ అనే సేనానీ పోరు కొనసాగించారు. దీన్ని బట్టి సోక్రటీస్‌కి వున్న ఆత్మరక్షణ సామర్థ్యం, ధైర్య సాహసాలూ తెలియవస్తాయి.

ఒకరోజున సోక్రటీస్ జీవితాన్ని పూర్తిగా మార్చివేసిన సంఘటన ఒకటి జరిగింది. సోక్రటీస్‌కి అత్యంత సన్నిహిత మిత్రుల్లో ఒకడైన చారెఫన్ - డెల్ఫీ దేవాలయానికి వెళ్ళి అక్కడి దివ్యవాణి (Oracle) ని ప్రపంచంలో సోక్రటీస్‌ని మించిన వివేకవంతుడెవరైనా ఉన్నాడా అని ప్రశ్నించాడు. ఆ దివ్యవాణి "బ్రతికి వున్న వాళ్ళందరిలోకీ సోక్రటీసే మిక్కిలి తెలివైనవాడనో, లేక సోఫాక్లిస్ తెలివైనవాడు. యూరిపిడిస్ అంతకంటే తెలివైనవాడు, సోక్రటీస్ అందర్లోకీ మిక్కిలి తెలివైనవాడు" అనో చెప్పినట్లు జనశ్రుతి.

"నేను దాదాపు ఏమీ తెలియనివాణ్ణి" అంటూ వచ్చిన సోక్రటీస్, డెల్ఫీ దివ్యవాణి యీ తీర్పుతో ప్రగాఢంగా ప్రభావితుడయ్యాడు. వివేకం మంచిదనీ, అజ్ఞానం చెడ్డదనీ విశ్వసించిన సోక్రటీస్ ఆనాటి నుంచి తోటి పౌరులకి అచ్చమైన జ్ఞానాన్ని బోధించేందుకు పూనుకున్నాడు.

సోక్రటీస్ ఎంతో సాధువుగా వుండేవాడు. సోక్రటీస్ మానవాతీతమైన తెలివితేటల శిఖరాన్ని అందుకోవాలని ఎన్నడూ ప్రయత్నించలేదు. తనే చెప్పుకున్నట్లు, ఆయన ప్రతిదాన్నీ ప్రశ్నించడమనే మానవ కర్తవ్య నిర్వహణకు మాత్రమే పూనుకున్నాడు. "నాకు తెలిసిందల్లా ఒక్కటే, నాకు ఏమీ తెలియదన్నదే అది" అన్నాడు ఆయన.

సరళమైన పదబంధాలు వాడుతూ, దివ్యమైన ఆలోచనలు కలిగిన సోక్రటీస్ ఏథెన్సు నగర వీధుల్లో సంచరిస్తూండేవాడు. వెళ్ళిన ప్రతిచోటా ఆయన "to ti?" (అంటే ఏమిటి?) అనే తన ప్రాథమిక ప్రశ్నను అడుగుతూండేవాడు. ప్రజాస్వామ్యం అంటే ఏమిటి? పావిత్ర్యం అంటే ఏమిటి? సద్గుణం అంటే ఏమిటి? ధైర్యం అంటే ఏమిటి? నిజాయితీ అంటే ఏమిటి? న్యాయం అంటే ఏమిటి? సత్యం అంటే ఏమిటి? నీపని ఏమిటి? దానికి నువ్వు సంతరించుకున్న పరిజ్ఞానం ఏమిటి నైపుణ్యం ఏమిటి? నువ్వు రాజనీతిజ్ఞుడివా? అయితే, నువ్వు ప్రభుత్వం గురించి ఏం నేర్చుకున్నావు? నువ్వు న్యాయవాదివా? మానవుడి చర్యలకి మూలంలో వుండే మానవుడి ప్రేరణ గురించి నువ్వు ఏమి అధ్యయనం చేశావు? నువ్వు ఉపాధ్యాయుడివా? అయితే, ఇతరుల అజ్ఞానాన్ని తొలగించగలననుకొని, అందుకు పూనుకొనే ముందు, నువ్వు నీ అజ్ఞానాన్ని అధిగమించేందుకు తీసుకున్న చర్యలు ఏమిటి? దయచేసి కొంచెం చెప్పండి?

ఇలాంటి ప్రశ్నలతో సోక్రటీస్ పండితమ్మన్యులను ఊదరగొట్టి, వాళ్ళ అజ్ఞానాన్ని బహిర్గతం చేసేవాడు. అయితే, ఆయన ఈ పనిని కుటిల ధోరణిలో చేసేవాడుకాదు. ఆయన తన అజ్ఞానాన్ని వెల్లడించడంలో సైతం అంతే ఆతృత చూపేవాడు. పొరపాటు అభిప్రాయాన్ని తొలగించడం ద్వారా సత్యాన్ని సాధించడమే ఆయన ఏకైక లక్ష్యంగా వుండేది. “జాగిలంలా జాడల ననుసరించి సత్యాన్ని అన్వేషిస్తాను” అంటూండేవాడు సోక్రటీస్. సత్యాన్వేషణలో ఆయన తన స్వప్రయోజనాలను నిర్లక్ష్యం చేశారు. తన విగ్రహ శిల్పవృత్తిని, తన కుటుంబాన్ని అలక్ష్యం చేశాడు. కలహకంఠిగా పేరొందిన సోక్రటీస్ భార్య క్యాంతిపెని ఈ అలక్ష్యం విషయంలో ఆయన్ని సాధిస్తూ వుండేది. తత్త్వశాస్త్రానికి బలైపోయిన సోక్రటీస్ తత్త్వశాస్త్రం అంటే ఏమిటి? అని ప్రశ్నించుకొని స్వీయ వ్యక్తిత్వ పరిచయాన్ని సాధించుకొని, నిన్ను నీవు తెలుసుకోవడమే తత్త్వశాస్త్ర సారాంశమని నిర్వచించాడు.

ఆ విధంగా సత్య బోధనకు పూనుకొన్ననాటికి సోక్రటీస్ వయస్సు నలభై సంవత్సరాలు. బహు అరుదుగా తప్ప సోక్రటీస్ తన కాలాన్ని ఎక్కువగా ఏథెన్సులోనే గడిపాడు.

వాదనకోసమే వాదననీ, కళకోసమే కళనీ బోధించే సోఫిస్టుల కీర్తిని సోక్రటీస్ కీర్తి మించిపోయింది. సోఫిస్టులు విషయపుష్టి లేకపోయినా తమ వాదనా నైపుణ్యంతో ఉద్దేశ పూర్వకంగా తిమ్మిని బమ్మిని చేసేవారు. వాళ్ళు సత్యం గురించి అంతగా పట్టించుకొనేవాళ్ళుకారు. శిష్యబృందాలతో పరివేష్టితులై వుండే హిప్పియస్, త్రసిమాకస్, ప్రోటగోరస్, గోర్జియస్ వంటి సోఫిస్టు బోధకులు ఆత్మసుత్తి పరాయణులుగా వుండేవారు.

సోక్రటీస్‌కీ మిత్రులూ, శిష్యులూ, ఆరాధకులూ వుండేవాళ్ళు గాని, బోధించినందుకు ప్రతిఫలంగా ఆయన ఎవరి దగ్గరా డబ్బు తీసుకునేవాడుకాదు.

పైగా ఆయన స్వయంగా నిరాడంబర జీవితం గడిపేవాడు. సోక్రటీస్ సోఫిస్టుల మాదరిగా వ్యర్థమైన వాదనపట్ల యిష్టం చూపేవాడుకాడు. తాపీగా ప్రశ్నోత్తరాల గతితార్కిక పద్ధతిలో సత్యాన్వేషణకి పూనుకునేవాడు. అభిప్రాయ ఆదాన ప్రదానాల క్రమంలో నూతన భావాల ఆవిర్భావం జరుగుతుంది గనుక. ఆ కళని మంత్రసాని కళగా సోక్రటీస్ తమాషాగా అభివర్ణించేవాడు. తన తల్లి మాదిరిగానే తనూ ఒక మంత్రసానిననీ, భావాలకు జన్మనిచ్చేవాడిననీ అనేవాడు సోక్రటీస్.

సోక్రటీస్ దగ్గరికి చిత్తశుద్ధి కలిగిన సత్యాన్వేషకులు మాత్రమేగాక, ఆయన కీర్తిని గురించి విన్న కేవల జిజ్ఞాసాపరులు సైతం వస్తుండేవారు. వాళ్ళలో యువకులూ, వయస్కులూ కూడా వుండేవారు. తత్త్వశాస్త్రజ్ఞుల్లో సిమ్మియస్, సెబెస్ వంటి పైథాగరియన్లు సోక్రటీస్‌కి సమ వయస్కులైన మిత్రులు. సోక్రటీస్‌కి అత్యంత విశ్వసనీయ మిత్రుల్లో క్రిటోన్ ఒకడు. క్రిటోన్ తత్త్వవేత్త కాదు గాని దయాపరుడు, మహోదాత్తుడు. సోక్రటీస్‌కి థేబ్స్‌లో, మెగారాలో, తెస్సలీలో, ఎలీస్‌లో - ఇలా గ్రీసు అంతట్లో మిత్రులు వున్నారు. పెలోపనీషియన్ యుద్ధ సమయంలో మెగారాకి చెందిన యూక్లిడ్ సోక్రటీస్ ప్రవచనాలు వినేందుకు ప్రాణాపాయానికి సైతం తెగించి, ఏథెన్సుకి వచ్చాడు. ఖైదీగా పట్టుబడి, బానిసగా చేయబడిన ఎలీస్‌కి చెందిన ఫీడోని పరిహారం చెల్లించి సోక్రటీస్ విడుదల చేయించిన తర్వాత ఫీడో సోక్రటీస్‌కి విశ్వసనీయుడైన శిష్యుడయ్యాడు. చారెఫన్, అపోలోడోరస్, అంటిస్థెనెస్, అరిస్టోడెమస్, హెర్మోజెనెస్ వంటి వాళ్ళు సోక్రటీస్ ఆరాధకులై, ఆయనకోసం తమ ఐహిక సంపదనంతటినీ వదులుకొనేందుకు సంసిద్ధులయ్యారు.

స్వయంగా అపోలో దేవుడే గుర్తించిన సోక్రటీస్ వివేకం గురించి చారెఫన్ ప్రచారం చేశాడు. వారసత్వంగా తనకి సంక్రమించిన ఆస్తిని వదులుకొని, దారిద్ర్యాన్ని స్వచ్ఛందంగా స్వీకరించిన హెర్మోజెనెస్ సోక్రటీస్ గురుత్వంలో నైతికతను అన్వేషించాడు. ఆపోలోడోరస్, అంటిస్టెనెస్‌లు సోక్రటీస్‌కి సన్నిహితంగా వుండి ఏరోజుకారోజు ఆయన చెప్పిన మాటలూ, చేసిన పనులూ నమోదుచేశారు. అరిస్టోడెమస్ ఆరాధనా భావంతో సోక్రటీస్ తాత్త్విక చర్చలన్నిటికీ హాజరై తర్వాత సోక్రటీస్ జీవితంపట్ల ఆసక్తి వున్న వాళ్ళందరికీ, తు.చ. తప్పకుండా ఆ చర్చల వివరాలను తిరిగి వల్లించేవాడు.

రచయిత, తత్త్వవేత్త, చరిత్రకారుడు ఐన జెనోఫాన్‌కి సోక్రటీస్‌తో సమాగమం విచిత్రమైన పరిస్థితిలో, పద్ధతిలో జరిగింది. ఒకరోజున సోక్రటీస్‌కి జెనోఫాన్ ఒక యిరుకు సందులో కలిశాడు. సోక్రటీస్ తన చేతికర్రను దోవకి అడ్డంగా పెట్టి భోజన పదార్థాలు ఎక్కడ విక్రయిస్తారని ప్రశ్నించాడు. జెనోఫాన్ అందుకు సమాధానం చెప్పగానే "మరి మనుషులు ఎక్కడ మంచివాళ్ళు, గౌరవనీయులు అవుతారు?" అని సోక్రటీస్ ప్రశ్నించాడు. జెనోఫాన్ గాభరాపడినట్లు కనిపించడంతో, సోక్రటీస్ హుందాగా "తెలియదా, ఐతే నావెంటవచ్చి నేర్చుకో" అన్నాడు. తర్వాత ఒక సైన్యాధిపతిగా జెనోఫాన్ ఆసియా మైనర్‌కి వెళ్తూ సోక్రటీస్ సలహాకోసం

వెళ్ళినప్పుడు, సోక్రటీస్ అతనికి డెల్ఫీలోని దివ్యవాణి దగ్గరికి వెళ్ళమని సూచించాడు.

అల్సిబియాడిస్, క్రిటియస్, కాలి క్లిస్ వంటి అహంభావులైన కులీనులు సైతం సోక్రటీస్‌తో సహవాసానికి వెంపర్లాడేవారు. మాసెడోనియన్ పాలకుడైన అర్చిలాస్ వంటివాళ్ళ ఆహ్వానాలను సైతం సోక్రటీస్ తిరస్కరించాడు.

సోక్రటీస్ బాగా కలుపుగోలు మనిషి. ఆయన జిమ్నాజియంలో*, పలేస్ట్రాలో**, అగోరాలో*** గంటల తరబడి గడిపేవాడు. లేక విందు టేబిలు దగ్గర కూర్చునేవాడు. ఎక్కడ ఉన్నా, ఆయన మాట్లాడేవాడు. సలహాలు ఇచ్చేవాడు. ఎదుటివాళ్ళు చెప్పే మాటలు వింటూండేవాడు. మధ్య మధ్య ఒక ప్రసిద్ధ వ్యక్తి ఏథెన్సుకి వస్తూండేవాడు. సోక్రటీస్ అప్పుడు ఆ అగంతకుడితో మాట్లాడేందుకూ, చర్చించేందుకూ బిరాన వెళ్ళేవాడు. ఉదాహరణకు క్రీ.పూ. 432లో సోఫిస్టుల్లోకెల్ల అతి మొండిపట్టు కలిగి, మేధాసంపన్నుడైన ప్రోటగోరస్ ఏథెన్సుకి రెండో పర్యాయం వచ్చాడు. దరిమిలా ఆయన పుస్తకాలు ఏథెన్సులోనే తగులబెట్టబడ్డాయి. ఆయన సిసిలీకి పారిపోయి ఒక తుఫానులో చిక్కుకొని, అక్కడే మరణించాడు. 'ప్రోటగోరస్' అనే ఒక సంవాదంలో కాలియస్ ఇంట అత్యంత ప్రముఖ సోఫిస్టులతో జరిగిన వివాదాలను ప్లేటో అభివర్ణించాడు. అల్సిబియాడిస్, క్రిటియస్, పెరిక్లిస్ కొడుకులు, అగాథాన్ ఆ చర్చలకు హాజరయ్యారు. ఆ మరుసటి సంవత్సరం పెలొపొనీషియన్ యుద్ధం ఆరంభమైంది. పిరిక్లిసూ, ఆయన యిద్దరు కొడుకులూ ప్లేగువ్యాధి మూలంగా మరణించారు.

క్రీ.పూ. 429లో సంభవించిన ఆ ప్లేగు వ్యాధి వేలమందిని తన పొట్టన పెట్టుకోగా, నిస్సంగ జీవితం గడిపిన సోక్రటీసును ఆ వ్యాధి తాకలేకపోయిందని జనశ్రుతి.

సోక్రటీస్ బృందంలో ఆయనకు నిజమైన స్నేహితులు కానివాళ్ళు కూడా ఉన్నారు. క్రీ.పూ. 422లో సంపన్నుడైన కాలియస్ యింట జరిగిన విందులో మానసిక ప్రేమ ఆధిక్యతను గురించి సోక్రటీస్ ఉద్ఘాటించి, స్నేహమే మానవ సంబంధాల్లోకెల్ల అతి ముఖ్యమైన మానవీయ గుణంగా నిరూపించాడు. జెనోఫాన్ ఈ విందు గురించి దరిమిలా తన "సింపోజియం"లో పేర్కొన్నాడు. ఆ విందులో తన

---

* జిమ్నాజియం - ప్రాచీన గ్రీసులో యువకులకి సర్వతోముఖమైన విద్యకరపే చోటు. శరీర వ్యాయామం, తత్త్వశాస్త్రం, రాజకీయాలు, సాహిత్యంలో కూడా అక్కడ శిక్షణ యివ్వబడేది.

** పలెస్ట్రా - తరచు యిది జిమ్నాజియంకి అనుబంధ సంస్థగా ఉండేది. దానిలో యువకులు కుస్తీ, జిమ్నాస్టిక్సు, ఈత, తదితర క్రీడలు నేర్చుకొనేవారు.

*** ప్రాచీన గ్రీకులు బహిరంగసభను, ఆ సభాస్థలిని (నగరంలోని ఉమ్మడి చౌకును) అగోరా అని పిలిచేవారు.

పక్కన కూర్చున్న లైకన్ అనే ప్రసిద్ధ వక్తే దరిమిలా కోర్టులో తనకు మరణశిక్షను డిమాండు చేస్తాడని సోక్రటీస్ ఊహించియుండడు! అలాగే సోక్రటీస్ శిష్యులైన అంటిస్టెనెస్, హెర్మోజెనెస్‌లకి తమ గురువు మరణశయ్య పక్కన తాము నిలబడతామని తెలిసివుండదు! ఆ క్షణాన వాళ్ళందరూ ఉద్రిక్తమైన చర్చలో నిమగ్నులై వున్నారు. అంశం ప్రేమ.

ప్రేమ

ఏథెన్సు వాసి ఐన అగాథాన్ అనే కవి యింట క్రీ.పూ. 416లో విందు జరుగుతోంది. అగాథాన్ తన నాటకానికి ప్రథమ బహుమతి పొందిన సందర్భంగా తన అత్యంత సన్నిహిత మిత్రులకు యిస్తున్న విందు అది. అతిథులు అత్యంత ఆసక్తికర అంశమైన 'ప్రేమ'ని గురించి చర్చిస్తూ ప్రేమ విషయంలో తమ తమ అభిప్రాయాలను వ్యక్తం చేస్తున్నారు.

"ప్రేమ అత్యంత ప్రాచీనమైన, మిక్కిలి శక్తివంతమైన దేవత. అతి సాధారణ యువకులను సైతం వీరులుగా మార్చగలిగిన అపూర్వశక్తి వుంది ప్రేమకి. ప్రేమికుడు తన ప్రియురాలి ముందు పిరికిపందగా వ్యవహరించేందుకు సిగ్గుపడిపోతాడు. ప్రేమికులతోకూడిన ఓ సైన్యాన్ని నాకివ్వండి, ప్రపంచాన్ని నేను జయించలేకపోతే నన్నడగండి" అన్నాడు ఫీడ్రస్.

పౌసానియస్ అనే తదుపరి వక్త ఫీడ్రస్ మాటలతో ఏకీభవిస్తూనే, ఇలా వ్యాఖ్యానించాడు. "అయితే నువ్వు చెప్పేదాంట్లో ఓ తభావతు వుంది. ప్రేమ అనేది దైహికమూ, ఆత్మాశ్రితమూ అని రెండు రకాలు. మొదటిది రెండు శరీరాల మధ్య సాన్నిహిత్యం కాగా, రెండవది రెండు ఆత్మల మధ్య సాన్నిహిత్యం. వికృతమైన శారీరక ప్రేమ యౌవనం గడిచిపోవడంతో సడలిపోతుంది, కాని మహోదాత్తమైన ఆత్మిక ప్రేమ శాశ్వతంగా వుంటుంది."

అట్టు తర్వాత అరిస్టోఫేన్స్ అనే హాస్యకవి ప్రేమని గురించిన చర్చలో పాల్గొంటూ దాన్ని గురించి యిలా ఓ కొత్త సిద్ధాంతాన్ని ప్రతిపాదించాడు. "పురాతన కాలంలో స్త్రీ పురుషులు ఏక శరీరధారులుగా వుండేవాళ్ళు. బంతిలా గుండ్రంగా ఉండే ఆ శరీరం నాలుగు చేతులు, నాలుగు పాదాలు, రెండు ముఖాలు కలిగి వుండేది. ఆ ఎనిమిది అంగాలూ చక్రంలో ఊచల మాదిరిగా నిరంతరం కదుల్తూ వుండగా, శరీరం విభ్రమ గొలిపేటంత వేగంగా పరిభ్రమిస్తూ ఉండేది. ఆ నరనారులకి వున్న శక్తీ, వాళ్ళ ఆశా అంతా ఇంతా కాదు. వాళ్ళు స్వర్గానికి పోయి దేవతలమీద దాడిచేయ పూనుకొన్నప్పుడు స్వర్గాధిపతి జియాస్ "వీళ్ళని సగానికి చీల్చి పారేస్తే, వీళ్ళ బలం సగానికి సగం తగ్గిపోతుంది. మనకి లభించే బలులు రెట్టింపవుతాయి" అంటూ ఓ పథకం పన్నాడు.

"అందుకని జియాస్ నరనారుల్ని ఆడ, మగగా చీల్చేశాడు. అదిగో, అప్పట్నుంచీ మగాళ్ళూ, ఆడాళ్ళూ పునరైక్యం కావాలని తహతహలాడిపోతున్నారు. అలా పునరైక్యం కావాలని తపించిపోవడాన్నే మనం 'ప్రేమ' అంటున్నాం."

ప్రేమని గురించిన యీ హాస్యరసపూరిత వ్యాఖ్యానం తర్వాత, ప్రేమని గురించి మరెందరో ఆసక్తికరమైన మరెన్నో నిర్వచనాలు చెప్పారు. చివరకు ప్రధాన అతిథియైన సోక్రటీస్ వంతు వచ్చింది. శ్రోతల కోరికమీదట ఆయన యిలా ప్రారంభించాడు.

"వీరందరి మాటలు విన్నాక నా నోరు పెగలడం లేదు. వీరందరి వివేకంతో నా మూర్ఖత్వం ఎలా పోటీ చేయగలదు?"

అలా తనకి సహజసిద్ధమైన పద్ధతిలో ఉపోద్ఘాతం చెప్పి, సోక్రటీస్ తన "మూర్ఖత్వం"తో వాళ్ళ "వివేకాన్ని" అంతనీ ఖండించనారంభించాడు. తన తిరుగులేని ప్రశ్నల పరంపరతో వాళ్ళ వాదనల్ని బదాబదలు చేసి, తన సొంత నిర్మాణాత్మక సిద్ధాంతాన్ని ప్రతిపాదించాడు: "ప్రేమ అన్నది దైవిక సౌందర్యం కోసం మానవ ఆత్మ పిపాస. ప్రేమికుడు సౌందర్యాన్ని సాక్షాత్కరింపజేసుకొనేందుకు మాత్రమేకాక, దాన్ని సృజించేందుకూ, దాన్ని శాశ్వతం చేసేందుకూ నశ్వర శరీరంలో అనశ్వరత్వ బీజాన్ని నాటేందుకూ ఆత్రపడతాడు. అందుకే తమని తాము పునరుత్పత్తి చేసుకొని, తద్వారా కాలాన్ని అనంతకాలంగా పొడిగించేందుకే పురుషులూ, స్త్రీలూ పరస్పరం ప్రేమించుకుంటారు. కాబట్టే తల్లిదండ్రులు తమ పిల్లల్ని ప్రేమిస్తారు. ప్రేమించే తండ్రి ఆత్మ కేవలం పిల్లల్ని మాత్రమేకాక, సౌందర్యం కోసం జరిగే అనంత అన్వేషణలో అన్వేషకుల్ని భాగస్వాముల్ని, సహచరుల్ని, వారసుల్ని సృజిస్తుంది.

మనం ప్రేమద్వారా శాశ్వతత్వం కల్పించాలనుకునే యీ సౌందర్యం అంటే ఏమిటి? సౌందర్యం అంటే వివేకం, సచ్ఛీలం, ఆత్మగౌరవం, ధైర్యం, న్యాయం, విశ్వాసం, ఒక్కమాటలో చెప్పాలంటే సౌందర్యం అంటే సత్యం. "సత్యం అనేది దైవం దగ్గరికి నేరుగా తీసుకుపోయే మార్గం."

అతిథులు ఆ దిస పాదాల తత్త్వవేత్త ఉపన్యాసానికి హర్షధ్వానాలు చేశారు. తర్వాత మద్యపానంలో పోటీలు పడ్డారు. పాన గోష్ఠి. రాత్రంతా సాగింది. దానిలో పాల్గొన్న వాళ్ళు ఒకరి తర్వాత ఒకరు ఒరిగిపోగా కోడికూత వేళకి కేవలం అరిస్టోఫేన్స్, అగాథాన్, సోక్రటీస్‌లు మాత్రమే మిగిలారు. వాళ్ళొక పెద్ద కూజాలోని మద్యాన్ని వంతుల వారీగా తాగుతున్నారు. గొప్ప వినోదాత్మక నాటక రచయిత గొప్ప విషాదాంత నాటక రచయిత కూడా అయి వుండాలని సోక్రటీస్ నిద్రమబ్బులో వున్న ఆ యిద్దరి కవులకీ వివరించి చెప్పాడు. మొదట అరిస్టోఫేన్స్ నిద్రలో కూరుకుపోగా, తర్వాత తూరుపు తెలిరేకలు విరిసేవేళ అగాథాన్ నిద్రపోయాడు. సోక్రటీస్ వాళ్ళిద్దర్నీ జాగ్రత్తగా పడుకోబెట్టి, ద్రాక్షసారా దేవుడిపట్ల గౌరవ పురస్కరంగా చివరి గుటకలు

మింగి, ఏథెన్సు పౌరుల మధ్య వివేకం వ్యాపింపజేసే తన రోజువారీ కార్యక్రమ నిర్వహణార్థం వెళ్ళిపోయాడు.

సుప్రసిద్ధమైన యీ విందులో పాల్గొన్న అతిథుల్లో ప్లేటో అనే యువకుడు ఒకడు. దరిమిలా తన గురువైన సోక్రటీస్ మానసిక శక్తికి, శరీర దార్ఢ్యానికీ చిరంజీవత్వం కల్పించినవాడు యీ ప్లేటోయే.

ప్లేటో సోక్రటీస్‌ని ఆరాధనా భావంతో చూసేవాడు. ఏథెన్సు నగర వీధుల్లో నడయాడుతూ, నగరంలోని మిక్కిలి తెలివిపరులను గుచ్చి గుచ్చి ప్రశ్నలువేసి, వాళ్ళు తమ అజ్ఞానాన్ని అంగీకరించేదాకా వదలని సోక్రటీస్‌ని అనుసరించి వెళ్తూండే యువ మేధావుల్లో ప్లేటో ఒకడు.

ప్లేటో తన 'రిపబ్లిక్' అనే పుస్తకంలో మరో సంవత్సరం తర్వాత ఏథెన్సు సమీపంలో సెఫాలస్ యింట్లో జరిగిన ఒక చర్చను అభివర్ణించాడు. అందులో ఆదర్శ రాజ్యం ఏదీ? దాని పౌరులకి ఏలాంటి శిక్షణ యివ్వాలి?–అనే అంశంపైన సోక్రటీస్ మాట్లాడాడు.

"సింపోజియం"* పేరిట ప్లేటో రచించిన సంవాదంలో అగాథాన్ అనే ప్రసిద్ధ విషాదకవి ఇంట క్రీ.పూ. 416లో సమావేశమైన యువకులే కాలియస్ ఇంట క్రీ.పూ. 422లో తిరిగి సమావేశమయ్యారని పేర్కొనబడింది. ఈ అగాథాన్, ప్రోటగోరస్, సోక్రటీస్‌ల మధ్య వివాదాన్ని స్వయంగా విన్నవాడు.

❀ ❀ ❀

అంతలో ఏథెన్సుకి కష్టకాలం దాపురించింది. క్రీ.పూ. 411లో పెలాపోనీషియన్ యుద్ధంలో పరాజయాల మూలంగా బలహీనపడిన ఏథెన్సు, ఆల్సిబియాడిస్, నాలుగు వందల మందితో కూడిన 'ఆలిగార్కిక్ కౌన్సిల్' అనబడే దాని కార్యకలాపాల మూలంగానూ ప్రజాస్వామిక సమాజం బాగా దెబ్బతింది. రాజ్యాంగ చట్టం పునర్విమర్శించబడింది. అమల్లో వున్న స్వేచ్ఛలు కత్తిరించబడ్డాయి. క్రీ.పూ. 410లో ప్రజాస్వామ్యం పునరుద్ధరించబడినప్పటికీ కొన్ని పార్టీల నాయకుల, వాగాడంబరుల అధికార దుర్వినియోగంపట్ల జనానికి బాగా ఆత్మవిశ్వాసం ఏర్పడింది.

క్రీ.పూ. 5వ శతాబ్ది చివరి సంవత్సరాల ఘటనల్లో అనుకోకుండానే సోక్రటీస్ ప్రముఖపాత్ర వహించడం సంభవించింది. క్రీ.పూ. 408లో ప్లేటో సోక్రటీస్‌ని కలుసుకున్నాడు. ఆనాటి నుంచి ప్లేటో తన సంగీతం, కవిత్వ, శరీర వ్యాయామ, నాటక వ్యాసాంగాలన్నింటినీ కట్టిపెట్టాడు. క్రాటిలస్ దగ్గర తత్త్వశాస్త్ర అధ్యయనాన్ని కూడా నిలిపేశాడు. సత్య ఆస్తిత్వాన్నీ, జీవితంలో ఉన్నత విలువల్నీ, వాటి ద్వారా ఆంతరిక లోపరాహిత్యాన్నీ, మంచికీ, సౌందర్యానికీ మేలి కలయికనూ

---

* సింపోజియం – సింపోషన్ అనే గ్రీకు పదానికి "పాన గోష్ఠి", "విందు" "విందు బల్ల దగ్గర సంభాషణ" అని అర్థం.

సాధించవచ్చునన్న సోక్రటీస్ ఉపదేశాన్ని ఔదలదాల్చాడు. నాటినుంచి సోక్రటీస్‌కి విశ్వసనీయుడుగా వుండి - తన గురువు జీవిత ఉపదేశాల వివరాలను కవితాత్మకంగా అక్షరబద్ధం చేశాడు ప్లేటో.

సోక్రటీస్, రాజకీయ గందరగోళానికి దూరంగా వుండేవాడు. అయితే తత్త్వశాస్త్రానికీ, రాజకీయాలకీ ఎన్నడూ పెద్దగా ఎడం లేదు. తిరుగులేని ఈ వాస్తవం సోక్రటీస్, ప్లేటోలకు త్వరలోనే తెలిసివచ్చింది. ఏథెన్సు నగర నాయకులు పాత రాజకీయ వ్యవస్థను పునరుద్ధరించేందుకూ, న్యాయచట్టాన్ని కఠినంగా అమలుపరచేందుకూ ప్రయత్నిస్తున్నారు. అందుకోసం వాళ్ళు మతభావాలనూ, ప్రాచీన సంప్రదాయాలను బాసట చేసుకున్నారు. కాని, తమ అధికారపు వేటలో - వాళ్ళే ప్రజాస్వామిక సంప్రదాయాలను ఉల్లంఘించారు. క్రీ.పూ. 406లో, అర్గినుసే యుద్ధానంతరం పదిమంది ఎథీనియన్ సేనా నాయకుల విషాదకర ఘటనలో సోక్రటీస్ ఇరుక్కున్నాడు.

పదిమంది సేనా నాయకుల నాయకత్వంలో ఎథీనియన్ నౌకాదళం పెలోపొనీషియన్లపైన ఉజ్వల విజయం సాధించింది. కానైతే భీకరమైన తుఫానులో చిక్కి చనిపోయిన ఎథీనియన్ సైనికులకు ఆ సేనానులు అంతిమ సంస్కారం చేయలేకపోయారు. శిక్ష భయంతో నలుగురు సేనానులు పారిపోయారు. ఆరుగురు మాత్రమే ఏథెన్సుకి తిరిగి వచ్చారు. మొదట ఆ ఆరుగురికీ విజయం సాధించినందుకు సన్మానంచేసి, బహుమతులు ఇచ్చి, తర్వాత మృత సైనికులకు సాంప్రదాయకంగా అంతిమ సంస్కారం చేయనందుకు, వాళ్ళకి మూకుమ్మడిగా శిక్ష విధించే ప్రయత్నం జరిగింది.

ఈ అన్యాయం చూసి సోక్రటీస్ సహించలేకపోయాడు. ఆ రోజున 'ఎపిస్టాట్'గా (సమితి అధ్యక్షుడుగా) సోక్రటీసే వుండటంతో యీ శిక్షను ఆయన తీవ్రంగా వ్యతిరేకించాడు.

సోక్రటీస్ ప్రతిఘటనను సమితి సభ్యులు మరుసటి రోజుకు విచారణను వాయిదావేయడం ద్వారా అధిగమించ ప్రయత్నించారు. మరుసటి రోజున మరో 'ఎపిస్టాట్' అధ్యక్షతన ఆ ఆరుగురు సేనానులకీ విధించబడ్డ మరణశిక్ష అమలు జరపబడింది. ప్రజాస్వామిక ఆచారాన్ని ఉల్లంఘించిన పాలక పార్టీ చేతుల్లో సోక్రటీస్ కొద్దిలో శిక్షను తప్పించుకున్నాడు. ఈ విధంగా సత్యాన్వేషీ, ధర్మాభిలాషీ అయిన సోక్రటీస్ అనుకోకుండా ప్రజాస్వామ్యవాదులతోనూ, వాళ్ళ ప్రత్యర్థులతోనూ కూడా ఘర్షణలోకి వచ్చాడు. సోక్రటీస్ రాజకీయ కుట్రల్లోకి ఈడ్వబడేందుకు నిరాకరించాడు.

ఆత్మసమర్థన (Apology) అనే తన రచనలో ప్లేటో జరిగిన వాస్తవాన్ని సోక్రటీస్‌చేత వివరింపజేశాడు.

అయితే, యిది ఆరంభం మాత్రమే. తను దుందుడుకు నిర్ణయాలు చేయకుండా తన అంతర్వాణి (daimon) తనని నిరోధిస్తుందని సోక్రటీస్

చెప్పుకున్నప్పటికీ తనకి తీవ్ర పరిణామాలు సంభవించే ప్రమాదం వున్నప్పటికీ, న్యాయం పక్షాన ఆయన మాట్లాడేందుకు ఆ అంతర్వాణి ఎన్నడూ అవరోధం కల్పించలేదు.

క్రీ.పూ. 410 లో ఎథీనియన్ ప్రజాస్వామ్యం పునరుద్ధరింపబడింది. క్రీ.పూ. 404లో సోక్రటీస్ బృందంలో సభ్యుడూ సోఫిస్టూ, హాస్యకవీ అయిన క్రిటియస్ రాజకీయ కుట్ర చేశాడు. క్రిటియస్ నాయకత్వాన అధికారాన్ని వశం చేసుకున్న అల్ప సంఖ్యాకులైన పెద్దలు (oligarchy) ముప్ఫయి మంది నిరంకుశులుగా ప్రసిద్ధిచెందారు. వాళ్ళ పాలన కేవలం ఒక ఏడాదికి కొంచెం పైన సాగింది. వాళ్ళు తమ ఆధిపత్యానికి లొంగని వాళ్ళను ప్రవాసం పంపారు, హతమార్చారు.

అదృష్టవశాత్తూ ఆ ముప్ఫయ్‌మంది నిరంకుశులు ఎక్కువ కాలం అధికారంలో లేరు. వాళ్ళ ప్రభుత్వం క్రీ.పూ. 403లో కూల్చివేయబడింది. ఎథీనియన్ ప్రజాస్వామ్య అధినేత అయిన త్రసిబులస్‌తో జరిగిన పోరాటంలో క్రిటియస్ మరణించాడు. చార్మిడెస్ కూడా అదే యుద్ధంలో హతమార్చబడ్డాడు. క్రిటియస్, చార్మిడెస్‌లు ప్లేటోకి సన్నిహిత బంధువులు.

అనిటస్ అనే ప్రజాస్వామిక నాయకుడి కొడుకు సోక్రటీస్‌కి శిష్యుడై, తన తండ్రి ఆరాధించే దేవుళ్ళని వ్యతిరేకించి, తన తండ్రిని ధిక్కరించాడు.

ఇలాంటి పరిణామాన్నే అరిస్టోఫేన్స్ తన ``Clouds" అనే వ్యంగ్య నాటకంలో ఇరవైయేళ్ళ క్రితమే సూచించాడు. అందులో సోక్రటీస్‌ని విదూషక ప్రాయుడిగా చిత్రిస్తాడు అరిస్టోఫేన్స్.

అంతలో తిరుగుబాటు వచ్చింది. దానికి అనుకూలురూ, ప్రతికూలురూ జీవన్మరణ పోరాటం సాగించారు. ప్రజాస్వామ్య అనుకూల శక్తులు విజయం సాధించడంతో సోక్రటీస్ భవితవ్యం నిర్ణయించబడింది. పరోక్షంగానైనా ఆయనే తిరుగుబాటుదారులకి భావజాలాత్మక నాయకుడుగా, కులీన తత్త్వ ప్రతిపాదకుడుగా, యువజనాన్ని పెడమార్గం పట్టిస్తున్నవాడుగా పరిగణింపబడ్డాడు. అనిటస్, మెలెటస్‌లు సోక్రటీస్ మరణ దండనకి అర్హుడని వాదించారు.

ప్రపంచానికంతకీ తెలిసిన తదుపరి కథని ప్లేటో కవితాత్మక శైలిలో చిత్రించాడు.

తత్త్వశాస్త్రానికీ, స్వేచ్ఛాయుతమైన ఆలోచనా ధోరణికీ తొలి బలిపశువైన సోక్రటీస్ తన "ఆత్మసమర్థన"లో దయాభిక్ష కోరేందుకు నిరాకరించాడు. కోర్టువాళ్ళకి ఆయన్ని క్షమించే హక్కు వున్నా వాళ్ళకి సోక్రటీస్ ఆత్మాభిమానం స్వాతిశయంగా కనిపించి, చిరాకు కలిగించింది. పురా దేవీ దేవతలను తిరస్కరించి, మనుషులు నేర్చుకోగలిగిన దానికంటే త్వరితంగా వాళ్ళకి బోధించ పూనుకొన్న సోక్రటీస్ - క్రుద్ధజనం దృష్టిలో మరణశిక్షకి అర్హుడయ్యాడు.

అభియోగం

సోక్రటీస్‌కి శత్రువుల లోటులేదు. క్రీ.పూ. 399లో సోక్రటీస్‌పైన మెలెటస్ అనే కవీ, అనిటస్ అనే సంపన్న చర్మవ్యాపారీ, లైకన్ అనే వక్తా ఒక అభియోగం తెచ్చారు. అధికారికంగా మెలెటస్ ప్రధాన ఆరోపకుడైనా, పలుకుబడి కలిగిన అనిటస్ ఆ కేసులో ప్రధాన పాత్ర వహించాడు. సంకుచిత మనస్కుడైన ఛాందసవాది దృష్టితో అనిటస్ ఈ ఆరోపణ చేశాడు. అతను సోక్రటీస్‌ని సోఫిస్టుగా, రాజ్యం, మతం, కుటుంబ జీవితం విషయాల్లో ప్రాచీనాదర్శాల ప్రమాదకర విమర్శకుడుగా చిత్రించాడు.

నగర పురా దేవతలపట్ల సోక్రటీస్‌కి నమ్మకంలేదనీ, ఆయన కొత్త దేవుళ్ళను సృష్టిస్తున్నాడనీ, యువజనుల మనసుల్ని పక్కదోవలు పట్టిస్తున్నాడనే ఆరోపణలు చేసి, సోక్రటీస్‌కి మరణశిక్ష వేయాలని మెలెటస్ ప్రతిపాదించాడు.

సోక్రటీసు కేసును 501 మంది విచారించారు. సోక్రటీస్ స్వయంగా ఆత్మసమర్థన (Apology)కి పూనుకున్నాడు. ప్రసిద్ధులైన కోర్టు లాయర్ లిసియాస్ తయారుచేసిన వాఙ్మూలాన్ని సోక్రటీస్‌ని వినియోగించుకోలేదు. సోక్రటీస్‌కి ఆరోపకుల తర్వాత మాట్లాడే అవకాశం యివ్వబడింది. అయితే, అందుకు కచ్చితమయిన కాలపరిమితి నిర్దేశింపబడింది. క్లెప్సిడ్రా (నీటి గడియారం) ఆయన యెదుట ఉంచబడింది. సోక్రటీస్ మెలెటస్‌ని తన మామూలు వ్యంగ్య పద్ధతిలో ప్రశ్నించాడు. మెలెటస్ ఆకుకి అందకుండా, పోకకి పొందకుండా కొన్ని ప్రశ్నలకు సమాధానాలిచ్చాడు, మరి కొన్నింటికి సమాధానమే చెప్పకుండా దాటవేశాడు.

సంపద కంటె సద్గుణాన్ని సంపాదించుకోవలసిందిగా జనాన్ని ప్రోత్సహించేందుకు సదా ప్రయత్నించిన సోక్రటీస్, తాను స్వయంగా యెంతో హుందాగా వ్యవహరించాడు. ఎవరి ఔదార్యానికీ దేవురించలేదు. తన బీదతనాన్ని, వృద్ధాప్యాన్ని, తన ముగ్గురు పిల్లల్ని చూసి జూరీ సభ్యుల జాలిని రేకెత్తించ ప్రయత్నించలేదు. తన నిజాయితీపట్ల ఆయనకి దృఢ విశ్వాసం వుంది. ఏథెన్సు పౌరులకి భవిష్యత్తులో కూడా తన బోధనలను కొనసాగిస్తానని ప్రకటించాడు. దివ్యవాణి తనని మానవుల్లోకెల్ల వివేకవంతుడుగా పేర్కొన్నదనీ, తను ఎలాంటి అగౌరవకరమైన పనినీ చేయకుండా తన అంతర్వాణి తనను నిరోధిస్తూ వుంటుందనీ, సోక్రటీస్ చెప్పాడు. ముప్ఫైమంది నిరంకుశత్వాన్ని తను ప్రతిఘటించాననీ, తను ఏ ఒక్కరికీ రహస్యంగా పాఠాలు బోధించి, అందుకు ప్రతిఫలం వసూలు చేయలేదనీ ఆయన పేర్కొన్నారు.

తన మిత్రులయిన వృద్ధ క్రిటోన్‌నీ, ఆయన కొడుకు క్రిటోబులస్‌నీ, ఎస్చినీస్‌నీ, అతని తండ్రినీ, ఆంటిఫన్, నికోస్ట్రాటస్, అపోలోడోరస్‌లనీ; అరిస్టన్ కొడుకులైన అడెమాంటస్, ప్లేటోలనీ తనకి సాక్షులుగా ఆయన పేర్కొన్నాడు. సోక్రటీస్ కోర్టుని సత్యాన్ని మరుగుపరచమనిగాని, ఏ ప్రమాణాన్నీ భంగం చేయమనిగాని కోరలేదు. కేవలం తనకి న్యాయం చేయమని మాత్రమే అర్థించాడు.

సోక్రటీస్‌కి మరణశిక్ష తప్పించుకొనే అవకాశం వుంది. ఏథెన్సు చట్టం ప్రకారం, మరణశిక్ష విధింపబడిన వ్యక్తి ప్రత్యామ్నాయంగా ప్రవాసశిక్షను కోరుకునే వెసులుబాటు వుంది. అంతేకాక, ప్లేటోతోబాటు యితర ధనిక శిష్యులు జైలరుకి లంచం యిచ్చి, సోక్రటీస్ తప్పించుకు పారిపోయేందుకు ఏర్పాట్లు చేశారు. కావాలనుకుంటే తప్పించుకుపోగల అవకాశం సోక్రటీస్‌కి ఉంది. కాని, సోక్రటీస్ అందుకు యిష్టపడలేదు. యువకుడుగా యుద్ధంలో తన ధైర్యసాహసాలు ప్రదర్శించిన సోక్రటీస్, సెనెటరుగా మధ్య వయస్సులో ఒక సైన్యాధికారికి భీరుత్వం ప్రదర్శించిన నేరారోపణపై అక్రమంగా విధింపబడిన మరణశిక్ష విషయంలో యావత్ప్రజానీకాన్నీ వ్యతిరేకించిన సోక్రటీస్, సాలమిస్‌కి పారిపోయిన ఒక ప్రజాతంత్ర తిరుగుబాటుదారును తిరిగి తీసుకురమ్మని నిరంకుశుడయిన క్రిటియస్ యిచ్చిన ఆజ్ఞను ఉల్లంఘించిన సోక్రటీస్ స్వస్థానాన్ని విడిచి పారిపోయేందుకు అంగీకరించలేదు. క్రిటియస్ ప్రభుత్వం కూలిపోయి ఉండకపోతే సోక్రటీస్ యెన్నడో మరణశిక్షకి గురైవుండేవాడు.

నిస్సహాయ వృద్ధాప్య భారంతో తీసుకు తీసుకు మృతిచెందే కంటె, తనకింకా శక్తివున్న యిప్పుడే మరణించడం మేలని సోక్రటీస్ నిర్ణయించుకున్నాడు. నడి శీతాకాలంలో సైతం దిసపాదాలతో ఏథెన్సు నగర వీధుల్లో చరించగలిగిన సోక్రటీస్ నిష్క్రియాపరమయిన జీవితం గడిపేందుకు యిష్టపడలేదు. "మనం జీవితాన్ని ధైర్యంగా యెదుర్కొన్నట్లే, మృత్యువుని కూడా ధైర్యంగా యెదుర్కొందాం... ఓ న్యాయాధిపతులారా కష్టం యేమిటంటే, మృత్యువు నుంచి తప్పించుకోవడంకాదు, నేరం నుంచి తప్పించుకోవడం... నన్ను పైకొన్నది మృత్యువు అయితే, నేరారోపకులను పైకొన్నది దౌష్ట్యం... నేను నా శిక్షకి తలొగ్గుతున్నాను, వాళ్ళు వాళ్ళ శిక్షకి గురి అవుతారు." అన్నాడు సోక్రటీస్.

ఆత్మసమర్థన

(సోక్రటీస్ యువజనుల మనసులను పెడమార్గాలు పట్టిస్తున్నాడనే, రాజ్యంలో గుర్తించబడిన దేవీ దేవతలకు మారుగా స్వకపోల కల్పితమైన దేవీ దేవతలను నమ్ముతున్నాడనే తీవ్రమైన ఆరోపణలతో ఎథీనియన్ కోర్టుముందు హాజరు పెట్టబడినప్పుడు, సోక్రటీస్ తన జీవన సరళినీ, తన దృఢవిశ్వాసాలనీ విపులంగా వివరిస్తాడు. చివరకు ఆయనకు మరణశిక్ష విధింపబడినప్పుడు, ఆయన తన శిక్షను ఔదలదాలుస్తూ అన్న కొద్ది మాటలు ఆయన విభిన్న విశిష్ట వ్యక్తిత్వాన్ని వ్యక్తం చేస్తాయి.

ఈ ఆత్మసమర్థనలో తన జీవిత సరళినీ, తన జీవిత ధ్యేయాన్నీ, తను తన అంతర్వాణి ఆదేశాల మేరకు చేయతలపెట్టిన, చేసిన అజ్ఞాన తిమిరాన్ని పారదోలి, విజ్ఞానకాంతిని ప్రసరింపజేసే కృషినీ, తన ప్రత్యర్థుల ఆరోపణల్లోని అవకతవకల్నీ, అసామంజస్యాన్నీ సోక్రటీస్ తనకి కేటాయింపబడిన స్వల్పవ్యవధిలో వివరిస్తాడు. ప్లేటో చిత్రించిన రీతితో సోక్రటీస్ ఆత్మసమర్థన (Apology) యిక్కడ యథాతథంగా పొందుపరచబడింది.)

ఎథీనియన్ పౌరులారా, నేరారోపకుల మాటలు మీ మనస్సులపై ఎలాంటి ప్రభావం కలిగించాయో నాకైతే తెలియదుగాని నేను మాత్రం దాదాపు మంత్రముగ్ధుడినయ్యాను. వాళ్ళ వాదనలు అంత నమ్మదగినవిగా వున్నాయి. అయితే, వాళ్ళ మాటల్లో యే ఒక్కటీ సత్యసన్నిహితమైనది కాదు. వాళ్ళు చేసిన అనేక వక్రీకరణల్లో ప్రత్యేకించి ఒకటి నాకు అబ్బురం కలిగించింది. అదేమిటంటే, నేను మిమ్మల్ని బోల్తా కొట్టించకుండా మీరు సావధానచిత్తులై ఉండాలన్నది - దీని తాత్పర్యం ఏమిటంటే, నేను నిపుణమైన వక్తనని, వాళ్ళు ప్రత్యేకించి సిగ్గుమాలి చెప్పిన మాట యిదని నా ఉద్దేశం. వక్తగా నాకు నైపుణ్యం బొత్తిగా లేదనే విషయం త్వరలోనే విదితమైనప్పుడు, వాళ్ళమాట బోటుపోతుంది - నిపుణుడైన వక్త అన్నప్పుడు వాళ్ళ ఉద్దేశం ఎప్పుడూ నిజం చెప్పేవాడు అని కాకపోతేనే అనుకోండి, వాళ్ళ ఉద్దేశం సదా నిజంచెప్పేవాడనే కనుక అయితే, నేను వక్తనని ఒప్పుకుంటాను, కానైతే వాళ్ళ మాదిరి వక్తను మాత్రం కాను.

నేరారోపకులు చెప్పినదాంట్లో ఆవగింజంతైనా సత్యం లేదని నేను మరోసారి చెప్తున్నాను. నేను మటుకు సంపూర్ణ సత్యాన్ని మీ ముందు ఉంచుతాను - అయితే, వాళ్ళ మాదిరిగా మంచి పదాలతో, పదబంధాలతో పొదిగిన చక్కటి శైలిలో మాత్రం కాదని మీకు స్పష్టం చేస్తున్నాను. మీరు వినబోయేది నా ప్రవర్తనలోని

న్యాయబద్ధతపట్ల విశ్వాసంతో నేరుగా నా మనసుకి స్ఫురించిన సూటిమాటలు. ఇంతకుమించి నా నుంచి మీరు మరేమీ ఆశించకూడదని మనవిచేస్తున్నాను. వయోవృద్ధుడినైన నాకు కృతకమైన భాషలో విద్యార్థి వక్తలా మాట్లాడటం బొత్తిగా శోభస్కరంగా వుండదు. అయితే, ఒక్క విషయం మాత్రం మిమ్మల్ని హృదయపూర్వకంగా అర్థిస్తున్నాను. నగరంలోని చౌకుల్లోనేమి, యితరచోట్ల యేమి నేను మాట్లాడినప్పుడు మీలో చాలామంది వినివున్నారు. నన్ను నేను సమర్థించుకొంటూ, నాకు అలవాటైన అదే భాషలో నేను మాట్లాడితే, అందుకు మీరు ఆశ్చర్యపడకండి, నాకు అంతరాయం కల్పించకండి. నా పరిస్థితిని మీకు గుర్తు చెయ్యాల్సి వుంది. న్యాయస్థానంలో నిలబడటం నాకు ఇదే ప్రథమం. నాకు ఇప్పుడు డెబ్బయ్యేళ్ళు. కాగా, యిక్కడ వాడే భాష నాకు పూర్తిగా అపరిచితం. ఒకవేళ నేను మరో దేశానికి చెందినవాడినై అక్కడ మాట్లాడే పద్ధతిలో, భాషలో మాట్లాడితే మీరు సహజంగానే సహించి వుండేవారు కదా. అలాగే, నేను మాట్లాడే పద్ధతిని - దాని మంచిచెడ్డలతో ప్రమేయం లేకుండా పట్టించుకోవద్దనీ, నా వాదనలు సరైనవా, కావా అన్నదానిమీదనే మీ దృష్టిని కేంద్రీకరించమనీ మీకు మనవి చేస్తున్నాను. నా మనవి సహేతుకమైనదని నేను భావిస్తున్నాను. న్యాయవాది కర్తవ్యం నిజం మాట్లాడటం అయినట్లే జూరీ సభ్యుల ప్రథమ కర్తవ్యం ఇదే కదా.

జూరీ సభ్యులైన పెద్దలారా, నాపైన తొలి ఆరోపకులు ఎన్నడో చేసిన అసత్య ఆరోపణలను పరిశీలించినమీదట, ఇప్పటి ఆరోపణలను పరిశీలించడం సక్రమంగా వుంటుందని నేను భావిస్తున్నాను. నేనీ విభజన ఎందుకు చేస్తున్నానంటే నాపైన చాలామంది, చాలా సంవత్సరాలుగా ఎన్నో ఆరోపణలు చేస్తూ వచ్చారు. ఎంతమాత్రం నిజంకాని ఆ ఆరోపణలను మీరూ వినే వున్నారు. అనిటస్, అతని సహచరులకంటె కూడా - ఆ పూర్వ ఆరోపకులంటే నాకు ఎక్కువ భయం. ఎందుకంటే వాళ్ళు వీళ్ళకంటే చాలా బలవంతులు. మీలో చాలామంది మనస్సులను మీ చిన్నతనాల్లోనే వాళ్ళు వశపరచుకొని, నాపైన అభూత ఆరోపణలతో వాటిని నింపారు. 'సోక్రటీసు అనే ఒక జ్ఞాని వున్నాడు. అతను స్వర్గ పాతాళాలను గురించి పరిశోధించి, సిద్ధాంతీ కరించినవాడు. తన వాదంతో తిమ్మిని బమ్మిని చేయగలవాడు అంటూ వాళ్ళు మీకు నూరిపోశారు.

మహాశయులారా, యీ పుకార్లను వ్యాపింపజేసేవాళ్ళే నామీద ఆరోపణలు చేస్తున్న ప్రమాదకారులు. ఎందుకంటే, అలాంటి విషయాలను పరిశోధించేవాడు విధిగా నాస్తికుడై వుంటాడనన్న అభిప్రాయాన్ని వీళ్ళు తమ శ్రోతలకు కలిగిస్తారు. ఈ ఆరోపకులు చాలామందే ఉన్నారు. వాళ్ళు యిప్పటికి చాలా ఏళ్ళనుంచి నామీద యీ ఆరోపణలు చేస్తున్నారు. అంతేకాదు, మీరింకా పిల్లలో లేక కౌమార వయస్కులో అయినప్పుడు, అంటే, ఏమి చెప్పినా అది గాఢంగా మనస్సులో నాటుకుపోయే వయస్సులో వున్నప్పుడు వాళ్ళు మీకీ విషయాలు నూరిపోశారు. నన్ను సమర్థించేవాళ్ళు ఎవ్వరూ లేకపోవడంతో, వాళ్ళ వాదనికి తిరుగులేకుండాపోయింది.

అన్నింట్లోకి విచిత్రమైన విషయం ఏమిటంటే, వాళ్ళలో ఒకడొక నాటకరచయిత అయివుండకపోతే, నేను వాళ్ళ పేర్లు తెలుసుకొని, వాటిని మీకు చెప్పడం సైతం అసాధ్యం. ఈర్ష్యాసూయల కొద్దీ అభాండాలు వేయడమంటే తమకి ఉన్న ప్రీతికొద్దీ - కొంతమందైతే, కేవలం యితరుల నుంచి తాము విన్న మాటల్ని ప్రచారం చేస్తూనూ- మిమ్మల్ని నామీదకి ఉసిగొల్పేందుకు ప్రయత్నించిన వీళ్ళందరితో వ్యవహరించడం చాలా కష్టం. వాళ్ళని యిక్కడకి క్రాస్ ఎగ్జామినేషనుకోసం రప్పించడం సాధ్యమయ్యే పనికాదు. సమాధానం చెప్పేవాళ్ళు ఎవరూలేరు గనుక, నన్ను నేనే సమర్థించుకోవాలి. అదృశ్య ప్రత్యర్థికి వ్యతిరేకంగా నా కేసును నేనే వాదించుకోవాలి. అందుకని, మీరు నేను చెప్పేదాన్ని నా ప్రత్యర్థులు రెండు తరగతులకు చెందుతారన్న విషయాన్ని స్వీకరించవలసిందిగా కోరుతున్నాను. ఒకవైపున ప్రస్తుత ఆరోపకులు, మరోవైపున నేనింతకు ముందు పేర్కొన్న వెనకటి ఆరోపకులు. నేను మొదట ఆ తొలి ఆరోపకులకు వ్యతిరేకంగా నన్ను నేను సమర్థించుకోవాలనడాన్ని మీరు ఆమోదిస్తారని నేను తలుస్తాను. ఇంతకీ, మరీ యిటీవలి యీ ఆరోపకుల కంటె - ఎంతో ముందు నుంచి, మరెంతో రౌద్రంగా నాపైన వాళ్ళు ఆరోపణలు చేయడం మీరు విని వున్నారు.

సరే, చాలా ఏళ్ళుగా వాళ్ళు చేసిన ప్రయత్న ఫలితంగా మీ మనస్సులో పాదుకొన్న దురభిప్రాయాలను నాకున్న యీ స్వల్పకాల వ్యవధిలో చెదరగొట్టేందుకు యిప్పుడిక నేను నా ప్రతివాదాన్ని ప్రారంభించవలసి వుంది. ఇది కష్టమైనదే అయినా, మీకూ, నాకూ మేలైన పని. నేను నా ఆత్మసమర్థనలో విజయం పొందాలని కాంక్షిస్తున్నాను. నా పని నేను చేస్తాను, ఆపైన దైవ సంకల్పం ఎలా వుంటే అలా జరుగుతుంది. నేను చట్టానికి కట్టుబడి, నా ఆత్మసమర్థనకి పూనుకొంటాను.

మనం కొంచెం వెనక్కి వెళ్ళి, ఏ అభియోగం ప్రజల దృష్టిలో నన్ను బాగా అవాంఛనీయుడిగా చేసి, మెలెటస్‌ని యీ నేరారోపణ చేసేందుకు ప్రోత్సహించిందో ఆ అభియోగాన్ని కొంచెం పరిశీలిద్దాం. 'సోక్రటీస్ స్వర్గ పాతాళాల్లోని విషయాలను పరిశోధించడం ద్వారా నేరపూరితమైన జోక్యం చేసుకుంటున్నాడు. తన వాదనా పటిమతో తిమ్మిని బమ్మిని చేస్తూ, యితరులను తనని అనుసరించవలసిందిగా బోధిస్తున్నాడు' - దాదాపు యిలా సాగుతుంది ఆ అభియోగం. అరిస్టోఫేన్స్ రచించిన వ్యంగ్య నాటకంలో సోక్రటీస్ తను గాలిపైన నడుస్తున్నానని చెప్తూ, నాకు ఏమాత్రం బోధపడని సవాలక్ష విషయాలపైన అర్థం పర్థం లేకుండా వదరుతూ వుంటాడన్నట్లు మీరు స్వయంగా చూశారు. ఎవరికైనా అలాంటి విషయాల్లో నిజంగానే మంచి పాండిత్యం వుంటే, అలాంటి జ్ఞానంపట్ల నాకెలాంటి అగౌరవమూ లేదు. ఇందుకోసం మెలెటస్ నన్ను శిక్షంపజేయలేదని నా నమ్మకం. యథార్థానికి, దానిలో నాకు ఎలాంటి ఆసక్తీలేదు. అంతేకాదు, మీలో చాలామంది యింతకుముందు నా ప్రసంగాలు విన్నారు. మీరందరూ నాకు సాక్షులే. ఈ అంశం మీద మీరు

మిగిలినవాళ్ళ దురభిప్రాయాలను తొలగించండి. నేను అలాంటి అంశాలను ఎన్నడైనా క్లుప్తంగా గాని, వివరంగా గాని చర్చించానేమో, మీలో ఏ ఒకరైనా విన్నారేమో మీలో మీరు సంప్రతించుకోండి. జనంలో నన్ను గురించి వ్యాప్తిలో వున్న యితర అభిప్రాయాలు కూడా అసత్యమని అప్పుడు మీకే అర్థమవుతుంది.

వాస్తవానికి యీ ఆరోపణల్లో ఏ ఒక్కటీ నిజంకాదు. నేను జనానికి జ్ఞానం బోధించి, అందుకోసం వారినుంచి శుల్కం వసూలు చేసేందుకు ప్రయత్నిస్తానని ఎవరైనా చెప్పగా మీరు వినివుంటే, దాంట్లో కూడా యిసుమంతైనా సత్యంలేదు. అది నిజమైవుంటే బాగుండునని నాకూ అనిపిస్తోంది. ఎందుకంటే లియోంటినీకి చెందిన గోర్జియస్, సెయోస్‌కి చెందిన ప్రోడికస్, ఎలీస్‌కి చెందిన హిప్పియస్‌లకి మాదిరిగా బోధించే యోగ్యతలు ఎవరికైనా వుంటే మహబాగే అని నేననుకుంటాను. పై ముగ్గురిలో ప్రతి ఒక్కడూ ఏ నగరానికైనా పోయి, అక్కడి యువజనాన్ని కలిసి, అంతకుపూర్వం వాళ్ళు ఉచితంగా శిక్షణ పొందుతున్న వాళ్ళ సహ పౌరుల నుంచి వాళ్ళని దూరంచేసి, వాళ్ళని తనవైపు ఆకర్షించి, తనకి అనుబంధితులను చేసుకొని, అలాంటి ప్రత్యేకమైన అవకాశం కల్పించినందుకు వాళ్ళనుంచి కృతజ్ఞతా పూర్వకంగా డబ్బు వసూలు చేసుకోగల సమర్థుడు.

పారోస్‌కి చెందిన ఎవెనస్ అనే మరో బోధకుడు వున్నాడు. అతనిచేత తన యిద్దరు కొడుకులకు కాలియస్ శిక్షణ యిప్పించాడు. ఈ బోధకుడు అందుకుగాను సోఫిస్టులందరూ కలసి వసూలు చేసిన దానికన్నా ఎక్కువ శుల్కం వసూలు చేశాడు. ఎవెనస్ మినీ శుల్కంతో బోధిస్తున్న అయిదు అంశాల్లో ఒక్కటీ నాకు అర్థమై చావలేదు.

మీలో ఎవరైనా నా మాటకి అడ్డు తగిలి, 'మరి సోక్రటీస్, నువ్వేం చేస్తున్నావ్? అందరూ నిన్ను గురించి యిలా చెడ్డగా ఎందుకు మాట్లాడుతున్నారు? అందరిలాగే నువ్వుకూడా మామూలు కార్యకలాపాలకి పరిమితుడవై వుంటే, నీ ప్రవర్తన విలక్షణంగా, విడ్డూరంగా వుండకపోతే నీకీ రొష్టు వుండేది కాదు కదా? ఇందుకు నీ సంజాయిషీ ఏమిటో చెప్పు' అని ప్రశ్నించవచ్చు.

మీరు అడుగుతున్న ప్రశ్న సహేతుకమైనదే. నాకీ అపప్రథ ఎందుకు వచ్చిందో మీకు వివరించేందుకు నేను ప్రయత్నిస్తాను. మీరు శ్రద్ధగా ఆలకించండి. మీలో కొందరు నేనేదో ఆషామాషీగా మాట్లాడుతున్నానని అనుకోవచ్చు. కాని నేను పూర్తి నిజాన్ని చెప్పబోతున్నానని మీకు హామీ యిస్తున్నాను.

నాకున్న ఒక మాదిరి జ్ఞానం మూలంగా నాకీ అపకీర్తి వచ్చింది. అదెలాంటి జ్ఞానమంటే, మానవ వర్తనానికి సంబంధించిన జ్ఞానమని నేననుకుంటున్నాను. ఈ పరిమితమైన అర్థంలో నేను నిజంగానే జ్ఞానినని తోస్తోంది. నేనిందాక పేర్కొన్న నలుగురు మహా మేధావులూ మానవ వర్తనానికి అతీతమైన వివేకవంతులై వుంటారు. ఇంతకంటె ఎలా చెప్పాలో నాకు తెలియడంలేదు. అలాంటి జ్ఞానం నాకు ఎంత మాత్రం లేదు. అలాంటి జ్ఞానం నాకు వుందని చెప్పేవాడు విధిగా

అబద్ధాలకోరు, ఉద్దేశపూర్వకంగా అభాండాలు వేసేవాడు అయ్యుండాలి. అయ్యా, నేనేదో అధిక ప్రసంగం చేస్తున్నట్లు మీకు అనిపించినా, నే చెప్పేదానికి అడ్డు రాకండి. నేను చెప్పబోయేది నా అభిప్రాయం కాదు. నేను ఒక ప్రవక్త చెప్పిన ప్రామాణికమైన, తిరుగులేని మాట చెప్తున్నాను. నా జ్ఞానం గురించి డెల్ఫీ దేవుడి దివ్యవాణిని మీకు సాక్ష్యంగా పేర్కొంటున్నాను.

చారెఫన్ మీ అందరికీ తెలిసినవాడే. అతను నా బాల్య మిత్రుడు, మంచి ప్రజాస్వామ్యవాది. నిరంకుశులను పారదోలి, ప్రజాస్వామ్యాన్ని పునరుద్ధరించడంలో మిగిలిన మీ అందరితోబాటు తన పాత్రను సక్రమంగా నిర్వహించినవాడు. తను చేపట్టిన పనిని అతను ఎంత ఉత్సాహంగా ఆసాంతం ఎలా పట్టుదలగా నిర్వహిస్తాడో మీ అందరికీ తెలుసు. సరేనండి, ఒకరోజున అతను నిజంగానే డెల్ఫీకి వెళ్ళి, అక్కడి దేవతని యిలా ప్రశ్నించాడు - అయ్యా, నేనింతకు ముందే మిమ్మల్ని కోరినట్లు, దయచేసి మీరు మధ్యలో అడ్డు చెప్పకండి - 'సోక్రటీస్ కంటె వివేకవంతుడు ఎవరైనా వున్నారా?' అన్నదే ఆ ప్రశ్న. ఆ దివ్యవాణి ఎవరూ లేరు అని జవాబిచ్చింది. చారెఫన్ చనిపోయాడు కనుక, నేను చెప్పినదానిలోని యదార్థానికి యీ కోర్టులోనే వున్న చారెఫన్ సోదరుడే సాక్ష్యం చెప్పగలవాడు.

నేనిదంతా ఎందుకు చెప్తున్నానంటే నామీద ఆదిలో నిందారోపణలు ఎలా మొదలయ్యాయో మీ దృష్టికి తెచ్చేందుకే. ఆ దివ్యవాణి సమాధానం గురించి విన్నప్పుడు, ఈ అస్పష్ట వాక్యం పలకడంలో భగవంతుడి ఉద్దేశం ఏమై ఉంటుందన్న జిజ్ఞాస నాలో ప్రారంభమైంది. నాకు స్పష్టంగా తెలుసు నేను మహాజ్ఞానిని గాని, సామాన్య జ్ఞానిని గాని కానని. అలాంటప్పుడు, నేను ప్రపంచంలోనే మిక్కిలి వివేకవంతుడినని చెప్పడంలో దైవ సంకల్పం ఏమై ఉంటుంది? దేవుడు అసత్యం పలికాడని అనుకోవాలా? అలా అనుకోవడం అసంబద్ధం కదా?

ఇలా కొంత తడవు వితర్కించుకొని, చివరకు దైవవాణి మాటల్లోని సత్యాసత్యాలను తేల్చుకునేందుకు అయిష్టంగానే అయినప్పటికీ పూనుకున్నాను. గొప్ప వివేకవంతుడుగా ప్రసిద్ధి చెందిన ఒక వ్యక్తి దగ్గరకు వెళ్ళాను. దివ్యవాణి పలుకు దబ్బర అని తేలితే, మీరేమో నేనే ప్రపంచంలోకెల్ల మిక్కిలి వివేకవంతుడినన్నారు. కాని, యిడుగో ఈయన నాకంటె వివేకవంతుడని చెప్దామని అనుకున్నాను.

సరే, ఆయన్ని నేను కూలంకషమైన పరీక్షకి గురిచేశాను. ఆయన పేరుతో యిక్కడ మనకి పనిలేదు. ఆయన మన రాజకీయవేత్తల్లో ఒకడు. చాలామంది దృష్టిలోనూ, ప్రత్యేకించి ఆయన సొంత దృష్టిలోనూ ఆయన వివేకవంతుడుగా కనిపించినప్పటికీ, నా సంభాషణ క్రమంలో ఆయన నిజానికి వివేకవంతుడు కాదని తేల్చుకున్నాను. ఆయన తనని తాను వివేకవంతుడుగా పరిగణించుకొంటున్నాడే తప్ప, నిజంగా వివేకవంతుడు కాదని - ఆయనకి నిరూపించ ప్రయత్నించాను. ఆ నా ప్రయత్నం ఆయనకేగాక, అక్కడ వున్న యితరుల్లో చాలా మందికి కూడా రుచించలేదు. అయితే, అక్కణ్ణుంచి నేను వెళ్ళిపోతూ, యిలా తలపోశాను: నేను

నిశ్చితంగా ఈయనకంటే వివేకిని. ఆయనకిగాని, నాకుగాని గొప్పలు చెప్పుకోగల జ్ఞానం బహుశా ఉండి వుండకపోవచ్చు కానైతే, ఆయన తనకి తెలియనిదేదో తనకి తెలుసునని భ్రమపడుతున్నాడు. కాగా, నా అజ్ఞానం గురించిన స్పష్టమైన అవగాహన నాకు వుంది. ఏదేమైనా, కనీసం యీ మేరకైనా ఆయన కంటే నేను తెలివైనవాణ్ణని అనిపించింది నాకు. కనీసం నాకు తెలియనిది నాకు తెలుసుననే దుర్భ్రమ అయినా నాకు లేదు.

అటు తర్వాత, జ్ఞానిగా ప్రఖ్యాతి చెందిన మరో వ్యక్తిని ఇంటర్వ్యూ చేసేందుకు వెళ్ళాను. అక్కడకూడా యిలాంటి అనుభవమే నాకు ఎదురైంది. అక్కడ కూడా ఆయనా, మరికొందరూ నాకు శత్రువులయ్యారు.

అప్పటినుంచి నేను ఒకరి తర్వాత మరొకర్ని ఇంటర్వ్యూ చేయ పూనుకొన్నాను. తద్రీత్యా జనం దృష్టిలో నన్ను నేను అప్రియుణ్ణి చేసుకుంటున్నానని నాకు తెలుసు. అందుకు నాకు బాధా, కలవరపాటూ కలుగుతూవచ్చాయి. కాని భగవదాదేశ పాలనను నా జీవిత కర్తవ్యంగా పాటించకుండా ఉండలేకపోయాను. దైవవాణి పలుకులలోని సత్య సంశోధనా ప్రయత్నంలో వున్న నాకు జ్ఞానులుగా ప్రసిద్ధి చెందినవారందర్నీ పరీక్షకి గురిచేయక గత్యంతరం లేకపోయింది. అయ్యా, ఆ క్రమంలో నాకు కలిగిన అభిప్రాయాన్ని నిర్మొగమాటంగా, నిజాయితీగా మీకు చెప్పవలసివుంది. భగవదాదేశం మేరకు నేను చేసిన ఆ పరిశోధనలో జ్ఞానులుగా అత్యంత ప్రఖ్యాతి చెందినవాళ్ళు మిక్కిలి లోపభూయిష్టులుగా తేలగా, వాళ్ళకంటే తక్కువ వాళ్ళుగా పరిగణింపబడుతూ వచ్చినవాళ్ళు లోకజ్ఞానం రీత్యా వాళ్ళకంటే ఎంతో మిన్న అయినవాళ్ళుగా కనిపించారు.

నా యీ నిరంతర యాత్రలను డెల్ఫీ దైవవాణి పలుకులలోని యధార్థాన్ని నిక్కచ్చిగా రూఢిచేసుకునేందుకు నేను జరిపినట్లు తలచవలసిందిగా కోరుతున్నాను. నేను రాజకీయవేత్తలను పరిశీలించినమీదట, రకరకాల కవులను పరీక్షించ నారంభించాను. వారి ముందైనా నేను తెలివిహీనుడనని నిరూపించుకోవాలని ప్రయత్నించాను. వాళ్ళ కవితల్లోంచి మణిపూసలనదగిన వాటిని ఎంపికచేసి, వాళ్ళు రాసిన వాటి అర్థమేమిటని గుచ్చిగుచ్చి ప్రశ్నించేవాడిని. తద్వారా నా జ్ఞానాన్ని విస్తృతం చేసుకోవాలని ఆశించాను. అయ్యా, నిజం చెప్పాలంటే నాకు జంకు కలుగుతోంది, కాని నిజం చెప్పక తప్పదు కదా! దారినపోయే దానయ్యల్లో ఏ ఒక్కడైనా ఆ కవులకంటే బాగా ఆ కవితలను మరింత మెరుగ్గా వివరించియుండే వాళ్ళనేందుకు ఎలాంటి సందేహం లేదు. దానితో కవుల విషయంలో కూడా త్వరలోనే నా భ్రమలు తొలగిపోయాయి. కవులు కవితలు రాయగలుగుతున్నందుకు కారణం వాళ్ళ వివేకం కాదు, ఒక మాదిరి సహజ ప్రేరణ లేక భావోద్రేకం. ఈ ప్రేరణ సరిగా ఎలాంటిదంటే, తమకు వాటి అర్థం తెలియకుండానే ప్రవక్తలు, మహర్షులు యేవేవో సందేశాలు, ప్రవచనాలు పలుకుతూ వుంటారే, ఈ కవుల సంగతి కూడా సరిగా అలాంటిదే అని నాకు అవగతమైంది. తాము కవులు అయిన

కారణంగా, తమకు అన్ని విషయాలు పరిపూర్ణంగా తెలుసునని వాళ్ళు భ్రమపడుతున్నారు. నిజానికి ఆ అంశాల్లో వాళ్ళ జ్ఞానం పరమ పూజ్యం. అందువల్ల రాజకీయవేత్తల విషయంలో మాదిరిగానే కవుల విషయంలో కూడా నిరాశే ఎదురవడంతో, వాళ్ళని గురించిన పరిశీలనను కూడా వదిలేశాను.

చివరకు నేను నిపుణులైన వృత్తి కార్మికుల వైపు దృష్టి మరల్చాను. నాకు సాంకేతిక పరిజ్ఞానం దాదాపు ఏమాత్రం లేదని నాకు తెలుసు. దానితో, వాళ్ళకి నాకు తెలియని అంశాలు బోలెడు చాలా బాగా తెలిసివుంటాయని భావించాను. నా ఊహ సరైనదేనని తేలింది. నాకు తెలియని విషయాలు వాళ్ళకి తెలుసు. ఆ మేరకు వాళ్ళు నాకంటే నిస్సందేహంగా తెలివైనవాళ్ళే. అయితే, వాళ్ళలో కవులలో కనిపించిన లోపమే నాకు కనిపించింది. తమకి వున్న సాంకేతిక నైపుణ్యం వల్ల కలిగిన ధీమాతో వాళ్ళు తదితర ముఖ్యాముఖ్య విషయాలన్నింటిలోనూ తమకు పూర్తి అవగాహన వున్నట్లు వ్యవహరిస్తున్నారు. దానితో, వాళ్ళ ఈ లోపం వాళ్ళలోవున్న సానుకూల వివేకాన్ని మించిపోయిందని అనిపించింది. అందుకని వాళ్ళ మాదిరి వివేకవంతుడిగా ఉండటమా లేక వాళ్ళ మాదిరి అవివేకిగా ఉండటమా లేక ఈ రెండు లక్షణాలూ సంతరించుకోవడమా అని నన్ను నేను ప్రశ్నించుకున్నాను. చివరకు నేను ఎలా వున్నానో అలాగే ఉండిపోవడం మంచిదని - నాకు నేనూ, దైవవాణికీ బదులు చెప్పుకున్నాను.

నా ఈ పరీక్షల ఫలితంగా నాపట్ల శత్రుత్వం, అందునా ఎడతెగని తీవ్రమైన శత్రుత్వం ఉత్పన్నమైంది. దానితో నాపైన ద్వేషపూరితమైన అభాండాలు చెలరేగాయి. నన్ను మహా పండితుడని పిలవసాగారు. ఏదో ఒక అంశంపైన ఎదుటివ్యక్తి అజ్ఞానాన్ని నేను బహిర్గతం చేసినప్పుడల్లా చుట్టూ చేరినవాళ్ళు నాకు ఆ విషయాంశంలో పరిపూర్ణ జ్ఞానం వుందని అనుకోవడంవల్ల వచ్చిన బిరుదు యిది. మహాశయులారా, అసలింతకీ వాస్తవం యేమిటంటే, సిసలైన జ్ఞానం అనేది భగవంతుడి సొత్తు. మనిషి జ్ఞానానికి వున్న విలువ స్వల్పమనీ లేక శూన్యమనీ చెప్పడమే దైవవాణి ఉద్దేశమని నాకు అనిపిస్తోంది. దైవవాణి ఉద్దేశించినది అక్షరాలా సోక్రటీస్‌ని కాదు, నా పేరును కేవలం ఉదాహరణ ప్రాయంగా తీసుకొంది, అంతమాత్రమే. మీ మానవుల్లోకెల్ల, సోక్రటీస్ మాదిరిగా జ్ఞానం విషయంలో తనకి వున్న విలువ పరమ పూజ్యామని గ్రహించినవాడే అత్యుత్తమ జ్ఞాని సుమా! అని చెప్పడమే దైవవాణి పరమోద్దేశం అయి వుంటుంది.

అందుకే నేను, భగవదాదేశం మేరకు అతను పౌరుడైనా లేక పరదేశి అయినా, వివేకి అనుకున్న ప్రతివాని దగ్గరకూ పోయి, అతను వివేకి కాదని తెలుసుకొన్న మీదట, అతను వివేకి కాదని నిరూపించడం ద్వారా భగవదాదేశాన్ని పాలిస్తూ వచ్చాను. నా యీ ప్రవృత్తిలో మునిగిపోయిన మూలంగా నేను రాజకీయాల్లోగాని, నా సొంత వ్యవహారాల్లోగాని పాల్గొనేందుకు కొంచెం కూడా నాకు వ్యవధి చిక్కలేదు. నిజానికి, నా యీ భగవత్సేవ పర్యవసానంగా నేను కటిక దరిద్రుడిగా మిగిలిపోయాను.

నా పట్ల అయిష్టతకు మరో కారణం కూడా వుంది. సంపన్నుల సంతానమై, బోలెడు తీరిక కలిగిన పలువురు యువకులకు నేను యితరులను విషమ పరీక్షలకు గురి చేయడం నచ్చి, వాళ్ళు నాకు సన్నిహితులయ్యారు. వాళ్ళు నన్ను ఆదర్శంగా తీసుకొని, తరచు ఇతరులను ప్రశ్నించేందుకు ప్రయత్నించ నారంభించారు. ఆ క్రమంలో వాళ్ళు; నిజానికి తమకు యే కొంచెం మాత్రమో తెలిసిన వాళ్ళు లేక బొత్తిగా ఏమీ తెలియని వాళ్ళు - తమకి చాలా తెలుసుననుకోవడం గమనించారు. అలాంటి వాళ్ళు అసంఖ్యాకులుగా వున్నట్లు వాళ్ళు గుర్తించినట్లున్నారు. తత్పర్యవసానంగా వాళ్ళ పరీక్షల బారిన పడ్డవాళ్ళు వాళ్ళపట్ల కాక, నాపట్ల కపితులయ్యారు. ఎప్పుడూ త్రిపాదిలా తిరిగే సోక్రటీస్ అనే జగడాలమారి ఒకడున్నాడు. వాడు యువజనుల బుర్రలను తప్పుడు భావాలతో నింపుతున్నాడు అంటూ ఫిర్యాదు చేయసాగారు. సోక్రటీస్ ఏం చేస్తాడు, ఇలాంటి ప్రభావం కలిగించే బోధలు ఏం చేస్తాడు అని మీరు ప్రశ్నించారో, వాళ్ళు జవాబు చెప్పలేరు. ఏమి చెప్పేందుకూ తోచక నీళ్ళు నములుతారు. అయితే, తమమానసిక గందరగోళ స్థితిని ఒప్పుకునేందుకు వాళ్ళకి ఇష్టం ఉండదు. అందుకని ఏ తత్త్వవేత్తకైనా వ్యతిరేకంగా అలవాటుగా వేసే అభాండాల భాండారం నుంచి కొన్నింటిని పైకి తీస్తారు. ఇతగాడు స్వర్గ పాతాళాల్లోని విషయాలను తన శిష్యులకు బోధిస్తాడు. దేవుళ్ళను నమ్మవద్దని చెప్తాడు. బలమైన వాదనలను బలహీన వాదనలు ఓడించేందుకు దోహదం చేస్తున్నాడు - అంటూ ప్రచారం చేశారు. వాళ్ళకి నిజం అంగీకరించేందుకు ఇష్టం ఉండదు. వాళ్ళు పూర్తిగా అజ్ఞానులు కాగా, తమకేదో జ్ఞానం వున్నట్లు వాళ్ళు నటిస్తున్నారన్న ఆరోపణ వాళ్ళకి రుచించలేదు - ఇదీ అసలు సంగతి. నా ఉద్దేశంలో వాళ్ళకి తమ కీర్తి ప్రతిష్ఠలపట్ల మక్కువ ఎక్కువ. వాళ్ళకి శక్తి సామర్థ్యాలు, సంఖ్యాబలం వున్నాయి. నాపైన సహేతుకమైనదిగా కనిపించే, జాగ్రత్తగా అల్లిన కేసు ఒకటి సమకూరడంతో, వీళ్ళు చాలా ఏళ్ళ తరబడి నాపైన మీకు దారుణమైన అభాండాలు నూరిపోస్తున్నారు.

మెలెటస్, అనిటస్, లైకన్‌లు నామీద చేసిన దాడికి యిదండీ భూమిక. మెలెటస్ కవులకు ప్రతినిధిగా, అనిటస్ వృత్తి ఉద్యోగులకు, రాజకీయవేత్తలకు ప్రతినిధిగా, లైకన్ వక్తల తరపున ఈ ఆరోపణలు చేస్తున్నారు. నేను ఆదిలోనే చెప్పినట్లు, నాకు కేటాయించిన ఈ స్వల్పకాలంలో వాళ్ళు ఏళ్ళ తరబడి మీ మనసుల్లో గాఢంగా నాటిన దురభిప్రాయాలను నేను చెదరగొట్టగలిగితే నాకు ఆశ్చర్యమే కలుగుతుంది.

మహాశయులారా, యివీ అసలు వాస్తవాలు. నేను ఆ చిన్న, పెద్ద వాస్తవాలను చాటు మాట్లు లేకుండా మీ ముందు ఉంచాను. నేనిలా కుండబద్దలు కొట్టినట్లు మాట్లాడటమే నాపట్ల అయిష్టతకు కారణం. నేను చెప్పిన మాటలు యధార్థమనేందుకూ, నాపైన మోపబడిన ఆరోపణల స్వభావ కారణాలను నేను

సరిగా వర్ణించాననేందుకూ ఇదే రుజువు. మీరు వీటిని ఇప్పుడు పరిశీలించినా, తర్వాత పరిశీలించినా నేనిప్పుడు చెప్పిన విషయాలే యధార్థాలని మీరు చూస్తారు.

తొలి ఆరోపక బృందం నాపైన చేసిన ఆరోపణల సంగతి యిదండి. ఇప్పుడిక, తమ ఉన్నత సూత్రాలకు బద్ధుడిననీ, దేశభక్తుడిననీ చెప్పుకొనే మెలెటస్ ఆరోపణలను ముందు పరిశీలిద్దాం. మిగిలిన వాళ్ళ ఇతర ఆరోపణలను తర్వాత చూద్దాం.

సోక్రటీస్ యువజనుల మనస్సులను కలుషితం చేస్తున్నాడు. రాజ్యం గుర్తించిన దేవుళ్ళను కాక, తను కల్పించిన దేవుళ్ళను నమ్ముతున్నాడు - ఇదీ వాళ్ళ అభియోగం.

యువజనుల మనస్సులను కలుషితం చేస్తున్నానన్నది మొదటి అంశం. మహాశయులారా, నేను చెప్పేదేమిటంటే, మెలెటస్ ఒక గంభీర విషయాన్ని ఆషామాషీగా చూస్తున్నాడు. తాను స్వయంగా ఎన్నడూ, ఏ మాత్రమూ ఆసక్తి చూపని వ్యవహారాలను గురించి ప్రవచిస్తున్నాడు. ఈ విషయాన్ని మీకు నిరూపించేందుకు ప్రయత్నిస్తాను.

మెలెటస్! మన యువజనులు సాధ్యమైనంత అత్యుత్తమ ప్రభావంలో పెరగడం అతి ముఖ్యమని నీ అభిమతం, ఔనా?

ఔను.

అయితే సరే, యువజనుల్ని చక్కగా ప్రభావితుల్ని చేసేది ఎవరో యీ జూరీ పెద్దలకి చెప్పు. నీ కీ విషయంలో యింతగా ఆసక్తి వుంటే, అది నీకు తెలిసే ఉండాలికదా. నేను విష ప్రభావం కలిగిస్తున్నానని కనిపెట్టి, యీ పెద్దల ముందు యిప్పుడు నామీద కేసు పెట్టావు సరే. యువజనుల మీద సత్ప్రభావం కలిగించేది ఎవరో చెప్పు... చూశావా మెలెటస్, నీ నోరు మూతపడింది. నువ్వు సమాధానం చెప్పలేవు. ఇది అప్రతిష్ఠాకరమైనదని నీకు తోచడంలేదా? ఈ అంశం మీద నీకు ఆసక్తిలేదన్న నా మాటకు యింతకంటె వేరే రుజువేంకావాలి? చెప్పు మిత్రమా, యువకులను మంచివాళ్ళను చేసేది ఎవరో చెప్పు?

చట్టాలు.

ప్రియమైన మహాశయా, నా ఉద్దేశం అదికాదు. చట్టాలను తెలుసుకోవడమే ప్రథమ కర్తవ్యంగా ఎంచే వ్యక్తి పేరు ఏమిటో చెప్పమని నిన్ను నేను అడుగుతున్నాను.

ఇదుగో వీళ్ళు సోక్రటీస్, యీ జూరీ సభ్యులు.

యువజనుల్ని విద్యావంతుల్ని చేసి, వాళ్ళని మెరుగొనర్చే సామర్థ్యం వీళ్ళకి ఉందంటావా, మెలెటస్ నువ్వు?

ఓ, నిక్కచ్చిగా.

అది జూరీ సభ్యుల్లో అందరికీ వర్తిస్తుందా, లేక కొందరికేనా?

వాళ్ళందరికీ వర్తిస్తుంది.

భేష్! బాగుంది! పరోపకారుల సంఖ్య పెరుగుతోంది. సరే, అయితే, యీ కోర్టులో వున్న ప్రేక్షకులు మంచి ప్రభావం కలిగించేవాళ్ళా, కారా?

వాళ్ళు మంచి ప్రభావం కలిగిస్తారు.

జూరీ కౌన్సిల్ సభ్యులో? వాళ్ళ సంగతేమిటి?

కౌన్సిల్ సభ్యులూను.

మెలెటస్, నీకు రూఢియేనా, అసెంబ్లీ సభ్యులు యువజనుల్ని పెడదోవ పట్టించరని? లేక వాళ్ళందరూ కూడా సత్ప్రభావమే కలిగిస్తారా?

అవశ్యం, సత్ప్రభావమే కలిగిస్తారు.

దీనంతటినీ బట్టి తేలేదేమిటంటే, నే ఒక్కణ్ణి మినహా, ఏథెన్సువాసులందరూ సత్ప్రభావమే కలిగిస్తారు. నే ఒక్కణ్ణి మాత్రమే వాళ్ళని నీతిభ్రష్టుల్ని చేస్తాను. అదేకదా నువ్వు చెప్పేది?

ఖండితంగా, అంతే.

నీకు నాలో కనిపించిన యీ లక్షణం అత్యంత దురదృష్టకరమైనది. సరే, నిన్ను మరోప్రశ్న అడగవచ్చునా. గుర్రాల ఉదాహరణ తీసుకో. మానవాళిలో యావన్మందీ వాటిని చక్కగా పోషించి చక్కటి శిక్షణ ఇస్తారనీ, ఒకే ఒక్క మనిషి వాటిమీద దుష్ప్రభావం కలిగిస్తాడనీ నువ్వు నమ్మగలవా? లేక సత్యం యిందుకు పూర్తి భిన్నమైనదా? గుర్రాలను తీర్చిదిద్దే సామర్థ్యం ఒక్కడికో లేక అశ్వశిక్షకులైన కొద్దిమందికో వుంటుందంటావా? ఇందుకు భిన్నంగా, అశ్వశిక్షకులు కాని చాలామంది గుర్రాల జోలికి వెళ్ళి వాటిని వాడితే, నష్టం కలగజేస్తారంటావా? ఒక్క గుర్రాలన్న మాటే ఏమిటి, అన్ని యితర జంతువుల విషయంలో కూడా యింతేకదా, మెలెటస్? నువ్వూ, అనిటసూ ఒప్పుకున్నా, ఒప్పుకోకపోయినా, అది అంతే. ఒకే ఒక్క వ్యక్తి అపమార్గం పట్టించేవాడూ, మిగిలిన అందరూ వాళ్ళని సన్మార్గగాములుగా చేసేవాళ్ళే, సత్ప్రభావం కలిగించేవాళ్ళే అయితే, అది మన యువజనుల మహాదృష్టమనే చెప్పాలి. అయితే, నేనింకేమీ చెప్పనక్కర్లేదు. మెలెటస్, యువజనుల్ని గురించి నువ్వెన్నడూ పట్టించుకోలేదనేందుకూ, యిప్పుడు నామీద ఏ కర్తవ్యం విషయంలో నేరారోపణ చేస్తున్నావో, ఆ కర్తవ్యపాలన విషయంలో నువ్వు కించిత్తు ఆసక్తి కూడా చూపలేదనేందుకూ బోలెడు రుజువుంది.

మరో విషయం, మెలెటస్, నువ్వు నాకు సీరియస్‌గా చెప్పు, మంచి సహవాసంలో జీవించడం మంచిదా, చెడ్డ సహవాసంలోనా? మంచివాడిలాగ, నా ప్రశ్నకు జవాబు చెప్పు. ఇదేమంత క్లిష్టమైన ప్రశ్నకాదు. బాగా సన్నిహితంగా వున్నవాళ్ళమీద దుష్టులు దుష్ప్రభావం కలిగిస్తారనడం, మంచివాళ్ళు సత్ప్రభావం కలిగిస్తారనడం నిజం కదా?

పూర్తిగా నిజం.

తన సహవాసుల మూలంగా లబ్ది పొందాలని కోరుకునేవాళ్ళే తప్ప, వాళ్ళవల్ల నష్టపోవాలని కోరుకునేవాడు ఎవడైనా వుంటాడా? జవాబు చెప్పవయ్యా చెప్పు, చట్టరీత్యా నువ్వు విధిగా జవాబు చెప్పాలి. నష్టపోవాలని కోరుకునేవాడు ఎవడైనా వుంటాడా అని?

ఎంత మాత్రం ఉండడు.

సరే మరి, నేను యువజనుల్ని అపమార్గం పట్టించి, వాళ్ళని శీలభ్రష్టుల్ని చేస్తున్నానన్న ఆరోపణపై నన్ను నువ్వీ కోర్టుకి పిలిపించినప్పుడు నేనలా ఉద్దేశపూర్వకంగా చేశానా, లేక అనుద్దేశపూర్వకంగా చేశాననా నీ ఉద్దేశం?

నా ఉద్దేశం నువ్వు ఉద్దేశపూర్వకంగా చేశావనే.

మెలెటస్, నీ వయస్సులో నువ్వు నా వయస్సులో నా కంటె ఎందుకు ఎంతో తెలివైనవాడి వయ్యావు? తమకు మిక్కిలి దగ్గరి పొరుగువాళ్ళపైన మంచివాళ్ళు ఎప్పుడూ మంచి ప్రభావాన్ని, చెడ్డవాళ్ళు చెడ్డ ప్రభావాన్ని కలిగిస్తారని నువ్వు కనిపెట్టావు. నా సహచరుల్లో ఒకడి స్వభావాన్ని భ్రష్టుపట్టిస్తే అతన్నుంచి నాకు కొంత కీడు వాటిల్లుతుందని సైతం తెలుసుకోలేనంత శుద్ధ బడుద్దాయినంటావా నేను? ఎందుకంటే, నన్ను యీ తీవ్రమైన నేరాన్ని ఉద్దేశపూర్వకంగా చేయించేలా చేసేది మరేదీ ఉండబోదు. అలాగే మెలెటస్, ఇతరు లెవరైనా ఉద్దేశపూర్వకంగా అలా చేస్తారంటే, నేను నమ్మను. నావల్ల చెడ్డ ప్రభావం కలగకనైనా పోవాలి, లేక కలిగితే, అది అసంకల్పితమైనదైనా అవాలి. ఈ రెండు విధాలా కూడా నీ ఆరోపణ బూటకమైనదే. ఒకవేళ నేను అసంకల్పితంగా చెడు ప్రభావం కలిగిస్తూ ఉంటే, అలాంటి అసంకల్పిత దోషాల విషయంలో దోషిని కోర్టుకి పిలిపించడం సరైన మార్గంకాదు. అతన్ని విడిగా పక్కకి తీసుకువెళ్ళి, చివాట్లు పెట్టి, సలహాయిచ్చి సక్రమమార్గంలో పెట్టడం సరైన పద్ధతి. ఎందుకంటే, నా కళ్ళు తెరిపిస్తే, అసంకల్పితంగా నేను చేస్తున్న పనిని నేను చెయ్యడం విరమించుకుంటాను. కాని, నువ్వు గతంలో నా సాంగత్యాన్ని కావాలనే తప్పించుకొన్నావు. నన్ను శిక్షితుణ్ణి చేసేందుకు నిరాకరించావు. కానీ, ఇప్పుడు నన్నీ కోర్టుముందుకు ఈడ్చుకొచ్చావు. ఈ కోర్టు శిక్షార్హుల కోసం ఉద్దేశింపబడిందేగాని శిక్షణ అవసరమైన వాళ్ళకోసం కాదు.

మహాశయులారా, నేనింతకు ముందే చెప్పినట్లు, ఈ విషయంలో మెలెటస్ ఎన్నడూ ఏమాత్రం ఆసక్తి చూపలేదు. అయితే మెలెటస్, నిన్ను యింకో విషయం అడుగుతున్నాను. నేను యువజనుల్ని ఏ విధంగా దుష్ప్రభావానికి గురిచేస్తున్నానని నీ ఉద్దేశం? నేను రాజ్యం గుర్తించిన దేవుళ్ళకి బదులు కొత్త దేవీ దేవతలను పూజించమని వాళ్ళకి బోధిస్తున్నానని కదా నాపైన నీ ఆరోపణ. ఆ నా బోధనేకదా, వాళ్ళ మనసులను పాడుచేస్తున్నదని నువ్వు అనేది?

సరిగ్గా అదే నేననేది.

మెలెటస్, మనం ఇప్పుడు ఏ దేవుళ్ళను గురించి మాట్లాడుతున్నామో ఆ దేవుళ్ళ పేరిట, నేను నీకొక విజ్ఞప్తి చేస్తున్నాను. నాకు నువ్వు అనేదేమిటో సరిగా

బోధపడలేదు. కనుక, నాకూ, ఈ జూరీ సభ్యులకూ నీ ఉద్దేశాన్ని మరింత స్పష్టంగా వివరించమని కోరుతున్నాను. నేను రాజ్యం గుర్తించిన దేవుళ్ళనికాక, వేరే దేవుళ్ళని పూజించమని బోధిస్తున్నాననేనా నీ ఆరోపణ? నువ్వలా అన్నప్పుడు, నేను దేవుళ్ళని నమ్ముతాననీ, నేను పూర్తి నిరీశ్వరవాదినికాననీ అర్థం వస్తుంది కదా. నీ ఆరోపణ నేను వేరే దేవుళ్ళను నమ్మడంమీద ఆధారపడిందన్నమాట, అంతేనా? లేక, నేను పరమనాస్తికుడిననీ, యితరులకి కూడా నాస్తికత్వమే బోధిస్తున్నాననీ నీ ఉద్దేశమా?

ఔను, నువ్వు పూర్తి నిరీశ్వరవాదివనే, నా ఆరోపణ.

మెలెటస్, నిన్ను చూస్తుంటే, నాకు ఆశ్చర్యం కలుగుతోంది. అలా అనడంలో నీ లక్ష్యం యేమిటి? సమస్త మానవాళీ నమ్ముతున్నట్లు సూర్యుడూ, చంద్రుడూ దేవుళ్ళని నేను నమ్మడంలేదనా నీ ఉద్దేశం?

జూరీ పెద్దలారా, ఈయన సూర్య చంద్రుల్ని దేవుళ్ళుగా ఎంతమాత్రం నమ్మడంలేదు. ఎందుకంటే ఈయన సూర్యుణ్ణి ఒక రాయిగానూ, చంద్రుణ్ణి మట్టి ముద్దగానూ నమ్ముతున్నాడు.

నా ప్రియమైన మెలెటస్, నువ్వు అనక్సగోరస్ మీదే నేరారోపణ చేస్తున్నట్లు ఊహించుకుంటున్నావా? ఈ మహాశయులమీద నీకు ఇంత హీనమైన అభిప్రాయం ఉందా? క్లజోమినేకి చెందిన అనక్సగోరస్ రచనల్లో ఇలాంటి సిద్ధాంతాలు ఉన్నాయని తెలుసుకోలేనంతటి విద్యా శూన్యులనుకుంటున్నావా వీళ్ళని గురించి? బజార్లో మహా అయితే ఒక డ్రాహ్మ పెడితే దొరికే అనక్సగోరస్ పుస్తకాలు కొనుక్కోగలిగినప్పుడు, ఈ భావాలు తనవే అని సోక్రటీస్ చెప్పుకొంటే, వాళ్ళు సోక్రటీస్‌ని చూసి నవ్వరూ? వాళ్ళు అంత అవక తవక మనుష్యులంటావా? అయినా, యువజనులు నా దగ్గర్నుంచే ఈ భావాలను గ్రహించారని నువ్వు సీరియస్‌గానే భావిస్తున్నావా? నిజాయితీగా చెప్పు మెలెటస్, నన్ను గురించి నీ అభిప్రాయం అదేనా? నాకు ఏ దేవుడిలోనూ నమ్మకం లేదంటావా?

నీకు దేవుళ్ళమీద రవ్వంత కూడా నమ్మకమేలేదు.

మెలెటస్, నువ్వు చెప్పేది నీతోబాటు ఎవ్వరికీ విశ్వసనీయమైనదిగా లేదనుకుంటున్నాను. మహాశయులారా, నా అభిప్రాయంలో, యీ వ్యక్తి నూటికి నూరుపాళ్ళూ స్వార్థపరుడైన బుకాయింపుదారు. నామీద కావాలనే అహంకారంతో, స్వాతిశయంతో ఈ కేసు పెట్టాడు. నా తెలివితేటలకి పరీక్ష పెడుతూ, నేను తమాషాగా నన్ను నేను సరదాగా ఖండించుకొంటున్నాననీ, అజేయుడిననుకొనే గ్రహిస్తాడా, లేక నేనే అతన్నీ, మిగిలిన శ్రోతల్నీ బోల్తా కొట్టించడంలో సఫలుడనవుతానా అనుకొంటున్నట్లున్నాడు మెలెటస్.

అతను తన నేరారోపణలో తనని తాను నిస్సందేహంగా ఖండించుకొంటున్నాడనిపిస్తోంది నాకు. అదెలాగంటే సోక్రటీస్‌కి దేవుళ్ళలో విశ్వాసంలేదు. అది నేరం అని చెప్తూ, మరోవంక సోక్రటీస్ దేవుళ్ళని నమ్ముతున్నాడు అంటున్నాడు. ఇది శుద్ధ అసందర్భమైన వాచాలత్వం.

నేను యీ నిర్ధారణకు చేరుకునేందుకు దారితీసిన తర్కరీతిని నాతోబాటు మిమ్మల్ని కూడా పరిశీలించమని కోరుతున్నాను. మెలెటస్, దయచేసి నువ్వు నా ప్రశ్నలకి సమాధానం చెప్పు. నేను నాకు అలవాటైన మామూలు పద్ధతిలో సంభాషణను కొనసాగించినప్పుడు, నేను ముందే మిమ్మల్ని కోరినట్లు, దయచేసి మధ్యలో అడ్డురాకండి.

మెలెటస్, మానవుల్లో కాక, మానవ కార్యకలాపాల్లో విశ్వసించేవాడు ఎవడైనా ఈ ప్రపంచంలో వున్నాడా? మహాశయులారా, అతను అదే పనిగా అభ్యంతరాలు చెప్పకుండా, అతనిచేత సమాధానాలు చెప్పించండి. గుర్రాలనుకాక గుర్రాల కార్యకలాపాలను విశ్వసించే వాడెవడైనా ఉన్నాడా? లేక గాయకుల్ని కాక గాయకుల కార్యకలాపాలను నమ్మేవాడెవడైనా ఉన్నాడా? గౌరవనీయ మిత్రమా, ఎవడూ లేడు. సమాధానం చెప్పడం నీకు ఇష్టం లేకపోతే, నేను నీకూ, యీ పెద్ద మనుషులకీ కూడా సమాధానం అందిస్తాను. అయితే, నువ్వు నా తర్వాతి ప్రశ్నకి తప్పక సమాధానం చెప్పాలి. మానవాతీత వ్యక్తులను నమ్మకుండా మానవాతీత కార్యకలాపాలను నమ్మేవాడెవడైనా ఉన్నాడా?

లేదు.

కోర్టువారి ఆదేశం మేరకు పొడి సమాధానమైనా ఇచ్చావు, చాలా సంతోషం! మానవాతీత కార్యకలాపాలలో నాకు విశ్వాసం వుందనీ, వాటిని విశ్వసించవలసిందిగా నేను బోధిస్తున్నాననీ నీకు నమ్మకం ఉందా? అవి కొత్తవైనా, పాతవైనా పెద్దగా మునిగిపోయేది లేదు. నువ్వు ఇచ్చిన స్టేట్‌మెంటునుబట్టి నేను వాటిని నమ్ముతున్నానని తెలుతోంది. నిజానికి నీ అఫిడవిట్‌లో యీ అంశాన్ని నువ్వు ఉద్ఘాటించావు. నేను మానవాతీత కార్యకలాపాలను విశ్వసిస్తే, నేను మానవాతీత వ్యక్తులను కూడా విశ్వసిస్తానని అనివార్యంగా తేలుతుంది. ఔనంటావా, కాదా? ఔను. నువ్వు సమాధానమివ్వవు కనుక, నేనే సమాధానాన్ని ఊహించి చెప్తున్నాను. మానవాతీత వ్యక్తులు దేవుళ్ళో లేక వాళ్ళ సంతానమో అనే కదా మనం చెప్పేది? నువ్వింనుకు ఔనంటావా, కాదా?

నిస్సందేహంగా.

నువ్వే వక్కాణించి చెప్తున్నట్లు, మానవాతీత వ్యక్తులమీద నాకు నమ్మకం వుండి, ఈ మానవాతీత వ్యక్తులు ఏ అర్థంలోనైనా దేవుళ్ళు అయినప్పుడు, నేను ఇంతకుముందే పేర్కొన్న నిర్ధారణకు చేరుకుంటాం. ముందు నాకు దేవుళ్ళలో విశ్వాసం లేదనీ, తర్వాత మళ్ళీ నేను మానవాతీత వ్యక్తులను నమ్ముతాను గనుక నాకు దేవుళ్ళలో విశ్వాసం ఉందనీ చెప్పడంద్వారా, నేను ఇందాక చెప్పినట్లు నువ్వు నీ సరదాకోసం నా తెలివితేటల్ని పరీక్షిస్తున్నావన్నమాట. అలా కాకుండా ఈ మానవాతీత వ్యక్తులు దేవుళ్ళకీ, జలకన్యలు, వగైరా తల్లులకీ పుట్టిన అక్రమ సంతానం అయినట్లయితే - అనే కథా ప్రశస్తి - నేరుగా దేవుళ్ళనికాక, మధ్యలో దైవ సంతానాన్ని నమ్మేవాళ్ళు ప్రపంచంలో ఎవరుంటారు? గుర్రాలనీ, గాడిదలనీ

కాక, గుర్రంపిల్లల్నీ, గాడిదపిల్లల్నీ నమ్మినంత అవకతవకగా ఉంటుంది ఇది. అబ్బే మెలెటస్, నువ్వు నా మీద ఈ కేసును నా తెలివితేటల్ని పరీక్షించేందుకే తెచ్చివుంటావని అనుకోకుండా ఉండలేకపోతున్నాను. లేకపోతే, నామీద నికార్సైన నేరారోపణ మరేదీ దొరక్క నిస్పృహకొద్దీ అయినా నువ్వీ కేసు పెట్టివుండాలి. ఏ కొంచెం తెలివి వున్న మానవమాత్రుడినైనా మానవాతీత, దైవిక కార్యకలాపాల్లో విశ్వాసం మానవాతీత, దివ్య ప్రాణుల్లో, అలాగే యిటునుంచి అటూ విశ్వాసం కలిగివుండటం కాదని నువ్వు నమ్మించాలని అనుకుంటే, అది దుస్సాధ్యమే అవుతుంది.

నిజానికి మహాశయులారా, మెలెటస్ నేరారోపణ నుంచి బయటపడేందుకు నన్ను నేను పెద్దగా సమర్థించుకోవలసివుంటుందని నేను అనుకోను. నేను ఇంతకుముందే చెప్పినది చాలు. నా ఆత్మ సమర్థన మొదటి భాగంలో నేను తీవ్ర శత్రుత్వానికి ఎలా గురయ్యానో చెప్పాను. దాంట్లో ఎంత సత్యం ఉన్నదీ మీకు తెలుసు. నా వినాశానికి కారణం కాగలిగినదేదైనా ఉంటే, అది ఆ శత్రుత్వం, జనంలో అధిక సంఖ్యాకుల అభాండాలు, ఈర్ష్యాసూయలే తప్ప, యీ మెలెటస్‌గాని, అనిటస్‌గాని కారు. అవి ఇతర అమాయకులు చాలామందికే మరణాంతకం అయ్యాయి, అవుతూనే వుంటాయని కూడా నేను అనుకుంటాను. అవి నాతోనే ముగిసిపోయే సంభావ్యత లేదు. మరణశిక్ష ప్రమాదానికి నిన్ను గురిచేసే యీ రకం ఆచరణ తీరును అనుసరించినందుకు సోక్రటీస్, నీకు పరితాపం లేదా, అని బహుశా ఇక్కడ ఎవరైనా నన్ను అడగవచ్చు.

అలా అడిగిన వ్యక్తికి, ఏమాత్రమైనా విలువంటూ వున్న వ్యక్తి చావుపుట్టుకలను గురించి వితర్కించుకొంటూ కూర్చోవాలని నువ్వు అనుకొంటే, నువ్వు పొరపడుతున్నావు అని నేను నేరుగా సమాధానం చెప్పవలసి ఉంటుంది. ఆ మనిషి మంచివాడైనా, చెడ్డవాడైనా, అతను ఏదైనా ఒకపని చేసేటప్పుడు; తను మంచిపని చేస్తున్నానా, లేక చెడ్డపని చేస్తున్నానా అని మాత్రమే ఆలోచించాలి. నీ ఉద్దేశంలో ట్రాయ్ నగరంలో మరణించిన వీరులు (ప్రత్యేకించి తెటిస్ కొడుకు) పనికిమాలిన వాళ్ళు అవుతారు. నీకు గుర్తుండే వుంటుంది. అతని దైవమాత అతన్ని 'నీ సహచరుడైన పట్రోక్లిస్‌ని చంపినందుకు ప్రతీకారంగా నువ్వు హెక్టర్‌ని చంపగానే, నువ్వు చనిపోతావు' అని హెచ్చరిస్తుంది. ఆ హెచ్చరికను విన్న తర్వాత అతను తన మిత్రులను చంపినవాళ్ళను చంపి, పగ సాధించకుండా పరువు ప్రతిష్ఠలులేని బతుకు బతకడం కంటె ప్రమాదాన్నీ, మరణాన్నే ఎంచుకున్నాడు.[1]

అసలు సంగతి ఏమిటంటే, మనిషి ఏదో ఒక వైఖరి తీసుకున్నాక, దానికి కట్టుబడి వుండాలి. ప్రమాద భయంతో వెనుకంజ వెయ్యకూడదు. అగౌరవం కంటె మరణాన్ని తుచ్ఛమైనదిగా ఎంచాలి.

1. ఇది 'ఇలియడ్' మహాకావ్యంలోని సన్నివేశం.

మీరు ఎంపిక చేసిన అధికారులు పొటిడేయా, ఆంఫిపొలిస్, డెలియమ్‌ల వద్ద జరిగిన యుద్ధాల్లో నాకు నా స్థానాన్ని నిర్దేశించినప్పుడు, నేను యితరులందరి మాదిరిగానే నా స్థానంలో నిలిచి, మృత్యువును ఎదుర్కొన్నాను. అటు తర్వాత, నేను నమ్మిన భగవదాదేశం మేరకు నన్ను నేనూ, తదితరుల్నీ పరీక్షిస్తూ తాత్త్విక జీవితం గడపడం నా విధిగా పరిగణించాను. మరణభయం, మరే ప్రమాదభయం లేకుండా వెనకటి మాదిరిగానే నా స్థానంలో నేను అచంచలంగా నిలిచాను. దేవుళ్ళలో నమ్మకం లేనందుకు, దివ్యవాణి ఆదేశాన్ని పాలించనందుకు, చావంటే భయపడినందుకు, నేను నిజంగా వివేకవంతుణ్ణి కాకపోయినా, వివేకవంతుడినైనట్లు తలచినందుకూ నన్ను అప్పుడు కోర్టుకి యీడ్చడం న్యాయబద్ధం అవుతుంది. నాకు అప్పుడది మానసిక అఘాతమే అవుతుంది. మహాశయులారా, నన్నొక విషయం చెప్పనివ్వండి. చావంటే భయపడటమంటే, తను తెలివైనవాడు కాకపోయినా తెలివైనవాడినని అనుకోనేందుకు మరో రూపం మాత్రమే తనకి తెలియనిది తనకి తెలుసునని అనుకోవడమే. చావంటే నిజానికి మనిషికి లభించగల మిక్కిలి గొప్ప వరమేమో ఎవ్వరికీ తెలియదు. కాని మనుషులు చావంటే మిక్కిలి గొప్ప కీడని తమకి నిస్సందేహంగా తెలిసినట్లు, చావంటే హడలిపోతూ వుంటారు. తనకి తెలియనిది తనకి తెలుసుననుకొనే యీ అజ్ఞానమే ఖండితంగా అత్యంత నిందార్హమైన అజ్ఞానం. మరణానంతరం ఏమి జరుగుతుందో నిజంగానే ఏమీ తెలియని నాకు, అలాంటి జ్ఞానం నాకు లేదని కూడా తెలుసు. మహాశయులారా, మిగిలిన వాళ్ళ కంటె నాకున్న అధికతర యోగ్యత నా యీ తెలియమిలోనే వుంది. నేను నా పొరుగువానికంటె ఎందులోనైనా ఏమాత్రమైనా తెలివైనవాడినంటే, నాకు మరణానంతర విషయం తెలియదన్న సంగతి కూడా తెలియడంలోనే అని, మహాశయులారా మీకు చెప్పదలుచుకున్నాను. అయితే, చెడ్డపని చేయడం, దేవుడైనా, మనిషైనా నాకంటె అధికుని ఆజ్ఞను ధిక్కరించడం దుర్మార్గమనీ, అగౌరవకరమనీ నాకు కచ్చితంగా తెలుసు. అందుకని, నాకు చెడ్డవని తెలిసిన చెడుగులపట్లకంటె నాకు తెలిసిన మేరకు నిజానికి వరప్రాయం కాగలదానిపట్ల నేనెన్నడూ ఎక్కువ భయం, లేక అయిష్టం చూపను.

నేను కోర్టులో హాజరైవుండవలసింది కాదనీ, నేనిక్కడ హాజరయ్యాను గనుక నాపైన మరణశిక్షను విధిగా అమలుజరపాలనీ, ఎందుకంటే, నేను కనుక ఒకసారి తప్పించుకుపోతే, మీ కొడుకులందరూ సోక్రటీస్ బోధనలను అమల్లో పెట్టడంద్వారా వెంటనే అవినీతిపరులైపోతారనీ అన్న అనిటస్ మాటల్ని లక్ష్యపెట్టకుండా మీరు నన్ను విడుదల చేశారని అనుకోండి. దీని దృష్ట్యా, మీరు నాతో సోక్రటీస్, అనిటస్ ఆరోపణను తోసిపుచ్చి నిన్ను యీసారికి విడుదల చేస్తాం. అయితే ఒక్క షరతు మీద మాత్రమే నిన్ను విడుదల చేస్తాం. అదేమిటంటే, నువ్వు నీ అన్వేషణకు స్వస్తి చెప్పడం, నీ తాత్త్వీకరణను నిలిపివేయడం, నువ్విలాగే సాగిస్తున్నట్లు మా దృష్టికి వచ్చిందో, నీపైన మరణ శిక్షను అమలుపరుస్తాం - అని అనవచ్చు.

నేనన్నట్లు, మీరు యీ షరతులపైన నన్ను విడుదల చేస్తామని అన్నారనుకోండి, అప్పుడు నేను ఏమని సమాధానం చెప్పవలసి ఉంటుందో తెలుశాండి: మహాశయులారా, నేను మీకు కృతజ్ఞతాబద్ధుడినైన విధేయుణ్ణి. అయితే, నేను మీకంటే కూడా భగవంతుడికి ఎక్కువ విధేయుణ్ణి. నాలో కొన ఊపిరి ఉన్నంత దాకా, నా శక్తులు యింకా ఉడిగిపోనంతదాకా నేను తత్త్వశాస్త్రాన్ని అనుసరించి, అమల్లో పెట్టడం, మిమ్మల్ని హెచ్చరించడం, నేను కలుసుకున్న ప్రతి ఒక్కరికీ సత్యాన్ని వివరించి చెప్పడం ఎన్నడూ మానను. నేను నా మామూలు పద్ధతిలో చెప్తూనేవుంటాను. నా ప్రియ మిత్రమా, నువ్వు ఏథెన్సు నగర పౌరుడివి. ప్రపంచంలో మిక్కిలి గొప్ప నగరం యిది. వివేకానికీ, బలానికీ జగత్ప్రసిద్ధి పొందిన నగరం. నువ్వు సాధ్యమైనంత ఎక్కువగా ధనం నొల్లుకునేందుకూ, అలాగే కీర్తి గౌరవాలను సంపాదించుకునేందుకు శ్రద్ధ చూపుతున్నావు. సత్యం విషయంలోగాని, అవగాహన చేసుకోవడం పైనగాని, నీ ఆత్మని లోపరహితం చేసుకొనేందుకుగాని నువ్వెలాంటి శ్రద్ధా చూపడంలేదు. అందుకు నీకు సిగ్గు కలగడం లేదా?

మీలో ఎవరైనా దీన్ని ఖండించి, యీ విషయాలపట్ల నేను శ్రద్ధ వహిస్తున్నానని అన్నట్లయితే, నేను అతన్ని వెంటనే వదలిపెట్టను. అబ్బే, నేనతన్ని ప్రశిస్తాను, శోధిస్తాను, పరీక్షిస్తాను. అతను ఏమి చెప్పుకున్నప్పటికీ, మంచితనం దిశగా అతను నిజానికి ఎలాంటి ప్రగతినీ సాధించలేదని తేలినట్లయితే, అతను అతి ముఖ్యమైనదాన్ని నిర్లక్ష్యంచేసి, స్వల్ప విషయాలపట్ల శ్రద్ధ చూపిస్తున్నందుకు అతన్ని నేను చీవాట్లు పెడతాను. నేను కలుసుకున్న ప్రతి ఒక్కని విషయంలోనూ, అతను యువకుడైనా, వృద్ధుడైనా, విదేశీయుడైనా, తోటి పౌరుడైనా, నేను యిదే విధంగా ప్రవర్తిస్తాను. అయితే, ఓ నా సహ పౌరులారా, మీరు నాకు బంధుత్వ రీత్యా మరింత సన్నిహితులు గనుక, ప్రత్యేకించి మీ విషయంలో యిలాగే ప్రవర్తిస్తాను. ఇది నాకు నా భగవదాదేశమనీ, నేను నా భగవంతుడికి చేసే సేవకంటే మిన్న అయిన మంచి, మీకు యీ నగరంలో మరేదీ జరగలేదనీ వక్కాణించి చెప్తున్నాను. ఎందుకంటే, మీ ప్రథమ ప్రధాన లక్ష్యం మీశరీర సౌఖ్యాల, ఆస్తిపాస్తుల సంపాదన కాక, మీ ఆత్మల సంక్షేమ సాధన అయ్యుండాలని బిగ్గరగా చాటి చెప్తూ, మిమ్మల్ని అందుకు సుముఖులను చేసేందుకు ప్రయత్నిస్తూ నేను నాకాలమంతా వెచ్చిస్తున్నాను. వ్యక్తికేమిటి, రాజ్యానికేమిటి మంచిని తెచ్చిపెట్టేది సంపదకాదు, మంచియే సంపదను తెచ్చి పెడుతుంది.

ఈ సందేశంద్వారా నేను యువజనాన్ని పెడమార్గం పట్టిస్తూ వుంటే, యీ నా సందేశం హానికరమైనది అవుతుంది. కాని, నేను యిచ్చే సందేశం యిందుకు భిన్నమైనదని ఎవరైనా అంటే, అతను అర్థరహితంగా మాట్లాడుతున్నాడని చెప్పవలసి వుంటుంది. అందుకని మహాశయులారా, నేను చెప్పేదేమిటంటే, మీరు అనిటస్ మాటనే వింటారో, నన్ను విడుదలే చేస్తారో అది మీ ఇష్టం. నేను వందసార్లు మరణించవలసివచ్చినా నేను నా ప్రవర్తనను ససేమిరా మార్చుకోనని మీకు తెలుసు.

అయ్యా, దయచేసి నిశ్శబ్దంగా వుండండి! నాకు మధ్యలో అంతరాయం కలిగించవద్దని నేను ముందే చేసిన విజ్ఞప్తిని గుర్తుచేసుకోండి. అంతేకాదు, నేను చెప్పేదాన్ని వినడం మీకే లాభసాటి అని నా ఉద్దేశం. పెద్ద పెట్టున మీ అభ్యంతరాన్ని రేకెత్తించే మరో విషయం నేను చెప్పదలచుకున్నాను. దయచేసి మిమ్మల్ని మీరు అదుపులో పెట్టుకోండి. నన్ను గురించి నేను చెప్పుకున్నది నిజమై, మీరు నామీద మరణశిక్షను అమలుజరిపితే, నాకు చేసినదానికంటే మీకు మీరే ఎక్కువ హాని చేసుకుంటారు. మెలెటస్ గాని, అనిటస్ గాని నాకు ఎంత మాత్రం హాని చేయలేరు, వాళ్ళకి ఆ శక్తి వుండదు. ఎందుకంటే దైవశాసనం, ఒక హీనవ్యక్తి - ఒక విశిష్ట వ్యక్తికి హాని కలిగించడాన్ని అనుమతించదు. నేరారోపకుడు నాకు మరణశిక్ష విధింపజేయవచ్చు, లేక నన్ను దేశ బహిష్కృతుణ్ణి చేయించవచ్చు. లేక నాకు పౌర హక్కులు లేకుండా చేయించవచ్చు. ఇవేవో గొప్ప ఆపదలని అతను అనుకోవచ్చు - బహుశా అతనూ, తదితరులూ అలాగే అనుకొంటూ వుంటారనడంలో నాకు ఎలాంటి సందేహం లేదు. కాని, నేను అలా అనుకోవటంలేదు. అతను ఇప్పుడు చేస్తున్న పని, అంటే ఒక నిరపరాధిని మరణశిక్షకి గురిచెయ్య ప్రయత్నించడం చాలా అధ్వాన్నమైనదని నా ఉద్దేశం. అందుకని మహాశయులారా, నేను నా కోసమే వాదిస్తున్నానని మీరు అనుకోవచ్చుగాని, నేను నిజానికి మీకోసం వాదిస్తున్నాను. నన్ను ఖండించడం ద్వారా మీరు దేవుడి వరాన్ని దుర్వినియోగం చేయడం నుంచి మిమ్మల్ని కాపాడేందుకు నేనీ పని చేస్తున్నాను. మీరు నన్ను మరణశిక్షకు గురిచేసినట్లయితే, నా స్థానాన్ని పూరింపగల వాడెవడూ మీకు తేలిగ్గా దొరకడు. ఈ నగరం మంచి వంగడానికి చెంది, బాగా పెంచి పోషింపబడిన ఒక పెద్ద గుర్రం అనీ, అది తన భారీ కాయంద్వారా సోమరిగా తయారైందనీ అనుకుంటే, దాన్ని కుట్టి లేపేందుకు ఒక జోరీగ అవసరమవుతుంది. అలాంటి పని చేసేందుకు దేవుడు నన్ను ఈ నగరానికి ప్రత్యేకించి నియమించాడని నేనంటే, అది మీకు హాస్యాస్పదంగా అనిపించవచ్చు. కాని అది అక్షరాలా నిజం. దేవుడు నన్నీ నగరానికి అలాంటి జోరీగ పనికోసం అప్పగించాడని నేను అనుకుంటాను. రోజల్లా నేను యేదో ఒక్క చోటని లేకుండా అన్నిచోట్లా తిరుగుతూ మీలో ప్రతి ఒక్కర్నీ ఉద్రేకపరుస్తూ, నచ్చచెప్తూ, మందలిస్తూ అవిరామంగా తిరుగుతూ వుంటాను. మహాశయులారా, మీకు నాలాంటివాడు మరొకడెవడూ దొరకడు. మీరు నా సలహా పాటిస్తే నా ప్రాణం కాపాడతారు. కానైతే, నాకొక సందేహం వుంది. అదేమిటంటే, మీరు మీ గాభరాలో అనిటస్ సలహా తీసుకొని, ఒక్క దెబ్బతో నన్ను హతమారుస్తారు. అటు తరువాత మీరు మీపట్ల దేవుడు జాలిదలచి నా స్థానాన్ని భర్తీ చేసేందుకు మరొకర్ని పంపకపోతే, మీ చివరి రోజులదాకా నిద్రపోతూ వుంటారు.

నేను నిజంగానే యీ నగరానికీ భగవంతుడి వరప్రసాదినా అనే విషయంలో మీకు సందేహం వుంటే, మీరీ విషయాన్ని మరో దృక్కోణంనుంచి చూడవచ్చు. నేను యిన్నేళ్ళూ న స్వంత వ్యవహారాలను నిర్లక్ష్యం చేశాను. నా కుటుంబాన్ని నిర్లక్ష్యం

చేశానన్న తలంపులు భరించాను. అదే సమయంలో ఒక తండ్రిలాగో, ఒక అన్నలాగో మీలో ప్రతి ఒక్కరినీ ఒంటరిగా కలుసుకొని, మీ ఆలోచనలను మంచితనంమీదకి మళ్ళించవలసినదిగా విజ్ఞప్తి చేస్తూ నేను నా సమయాన్నంతనీ వెచ్చించాను. ఇది సహజ సిద్ధంగా కనిపిస్తోందా మీకు? దీనంతనుంచీ నాకేమైనా సుఖానుభవం కలిగితే, లేక నా మంచి సలహాకి నాకేమైనా ప్రతిఫలం చెల్లింపబడితే, నా ప్రవర్తనకి ఏదైనా కొంత వివరణ దొరికి వుండును. అయితే, ఇప్పుడున్న పరిస్థితిలో మీ అంతట మీరు ఒక విషయం స్పష్టంగా చూడవచ్చు. అదేమిటంటే నాపైన నేరం ఆరోపించినవాళ్ళు సిగ్గుమాలి నామీద ఎన్నో రకరకాల నేరాలు ఆరోపించినప్పటికీ, ఏ ఒక్కరి దగ్గరైనా నేను ఏమాత్రం ప్రతిఫలమైనా దండానన్న నేరం ఆరోపించేందుకు మాత్రం సాహసించలేకపోయారు. నేనిప్పుడు చేసిన ప్రకటనలోని సత్యాన్ని నిరూపించేందుకు నేనొక సాక్ష్యాన్ని - అది విశ్వసనీయమైనదని నా ఉద్దేశం - ప్రవేశపెట్టగలను. అది నా పేదతనం.

ఇలా నేను సలహాలిస్తూ చుట్టూ కలియదిరగడం, మనుషుల వ్యక్తిగత వ్యవహారాల్లో మునిగి తేలుతూ ఉండటం అయినా కూడా, మొత్తంగా మీ అందర్నీ ఉద్దేశించి మాట్లాడకపోవడం, రాజ్య వ్యవహారాల్లో మీకు సలహా యివ్వకపోవడం మీకు విడ్డూరంగానే కనిపించవచ్చు. ఇందుకు కారణాన్ని నేనింతకుముందు అనేక పర్యాయాలు వివరించాను. నాకు దైవాదేశం వినిపించింది. మానవాతీత అనుభవం కలిగింది. దాన్ని మెలెటస్ తన నేరారోపణలో వక్రీకరించాడు. ఇది నా బాల్యంలో ప్రారంభమైంది. నాకు ఒక మాదిరి అంతర్వాణి వినవస్తుంది. అది నన్ను ఎప్పుడూ నేను చేయతలపెట్టిన పనినుంచి దిగదీస్తుందేగాని, నన్నెప్పుడూ అది ప్రోత్సహించదు. రాజకీయ జీవితంలో ప్రవేశించకుండా నన్ను నివారించింది యీ అంతర్వాణియే. నా అభిప్రాయంలో అది చాలా మంచిది కూడాను. ఎందుకంటే, ఒకవేళ నేను రాజకీయ జీవితంలోనే గనుక ప్రేవేశించివుంటే, మీకుగాని, నాకు నేనుగాని ఎలాంటి మేలూ చేయకుండా, చేసుకోకుండా చాలా కాలం క్రితమే నేను నా ప్రాణం కోల్పోయివుండేవాడిని. నేను నిజం చెప్తే, దయచేసి మీరు కోపం తెచ్చుకోకండి. మిమ్మల్ని గాని, లేక మరే ఇతర సంఘటిత ప్రజాస్వామ్యాన్నిగాని బుద్ధిపూర్వకంగా వ్యతిరేకించి, తను ఏ రాజ్యానికి చెందుతాడో ఆ రాజ్యంలో అనేక లొసగులూ, చట్టవిరుద్ధ చర్యలూ జరగకుండా గట్టిగా నిరోధించే ఏ వ్యక్తి అయినా ప్రాణాపాయాన్ని తప్పించుకోగలడు. సిసలైన న్యాయ సమర్ధకుడు, కొద్ది కాలమైనా ప్రాణంతో నిలవాలంటే, అతను విధిగా వ్యక్తిగత జీవితానికి పరిమితమైపోయి రాజకీయాల జోలికి పోకుండా ఉండిపోవాలి.

నేనిప్పుడు చెప్పినదానికి గట్టి సాక్ష్యాధారాలు చూపిస్తాను - సిద్ధాంతాలు కాదు సుమా! మీకు నచ్చిన యదార్థాలనే చూపిస్తాను. నేను నా యథార్థ జీవితానుభవమే చెప్తాను వినండి. నేను మరణ భయంతో ఏ అధికారానికీ తప్పుగా లొంగననీ, నా

ప్రాణం పోయినాసరే, నేను తిరస్కరిస్తాననీ అప్పుడు మీకే తెలుస్తుంది. అది కోర్టుల్లో మీరు తరచు వింటూ వుండే సామాన్యమైన కథేకాని అది నిజమైన కథ.

మన నగరంలో నేను వహించిన ఒకే ఒక్క పదవి నా కౌన్సిల్ సభ్యత్వం. ఈ ఘటన కౌన్సిల్ సభ్యుల్లోని మా బృందం కార్యనిర్వాహక వర్గంగా వున్న సమయంలో సంభవించింది. నౌకా యుద్ధంలో తప్పిపోయిన సైనికులను కాపాడటంలో విఫలురైన పదిమంది నౌకాదళ కమాండర్లపైన మూకుమ్మడిగా విచారణ జరపాలని మీరు నిర్ణయించారు. ఆ నిర్ణయం చట్టవిరుద్ధమైనదన్న విషయాన్ని మీరందరూ తర్వాత గుర్తించారు. ఆ సందర్భంగా మీరు రాజ్యాంగ విరుద్ధంగా వ్యవహరించకూడదని ప్రతిఘటించి, ఆ ప్రతిపాదనకు వ్యతిరేకంగా వోటు చేసినవాడిని కార్యవర్గంలో నేనొక్కణ్ణే! మీ నాయకులందరూ నన్ను నిరసించేందుకూ నిర్బంధించేందుకూ సర్వసంసిద్ధంగా వున్నారు. మీరంతా వాళ్ళని సమర్థిస్తూ గొంతు చించుకొని అరుస్తున్నారు. అయినా కూడా, మీరు పొరపాటు నిర్ణయం చేస్తున్నప్పుడు, జైలు శిక్షకి లేక మరణ శిక్షకి గురి అవుతానన్న భయంతో మీ నిర్ణయానికి తలూపకుండా, చట్టాన్నీ, న్యాయాన్నీ సమర్థించడం నా విధి అని నేను భావించాను.

ఇది మనమింకా ప్రజాస్వామ్యం కింద ఉన్నప్పటి మాట. కొద్దిమంది పెద్దలతో కూడిన 'అలిగార్కీ' అధికారంలోకి వచ్చినప్పుడు ముప్ఫయ్‌మంది కమీషనర్లు తిరిగి తమ వంతులో నన్నూ, మరో నలుగుర్నీ వర్తుల భవనంలోకి పిలవనంపి, సాలమిస్‌కి చెందిన లియోన్‌ని మరణశిక్షను అనుభవించేందుకు అతని యింటి నుంచి తోడి తెమ్మని ఆదేశించారు. వాళ్ళు ఇచ్చిన యిలాంటి అనేక ఆదేశాల్లో ఇది ఒకటి మాత్రమే అనుకోండి. తమ కుటిల నీతిలో సాధ్యమైనంత ఎక్కువ మందిని ఇరికించడమే వాళ్ళ లక్ష్యం. ఆ సందర్భంగా కూడా నేను మాటలద్వారా కాక, ఆచరణ రీత్యా నాకు మరణ భయం ఎంతమాత్రం లేదనీ - యిది మరీ ఘాటైన పదం కాదనుకుంటాను - పొరపాటు పని లేక పాపిష్టి పని ఏదీ చేయకపోవడమే నాకు ప్రాణప్రదమైనదనీ మరోసారి నిరూపించుకున్నాను. ఆ ప్రభుత్వం ఎంత శక్తివంతమైనదైనా, అది నన్ను భయభీతుని చేసి, నేను తప్పు పని చేసేలా చేయలేకపోయింది. మేము ఐదుగురం వర్తుల భవనం నుంచి బయటకు వచ్చాక, మిగిలిన నలుగురూ లియోన్‌ని అరెస్టు చేసేందుకు సాలమిస్ వెళ్ళగా, నేను నా యింటికి పోయాను. త్వరలోనే ఆ ప్రభుత్వం కూలిపోయి వుండకపోతే, బహుశా యిందుకు నన్ను అది హతమార్చి వుండేదే. నేను చెప్పిన యీ మాటలు నిజమైనవని సాక్ష్యం ఇచ్చేవాళ్ళు చాలా మంది వున్నారు.

నేను కనుక రాజకీయ రంగంలో ప్రవేశించి, దానిలో నిజాయితీపరుణ్ణిగా వ్యవహరించి ఎల్లప్పుడూ న్యాయవిహితునిగానే వుండి, మిగిలిన వాటన్నిటికంటె దాన్నే బుద్ధిపూర్వకంగా నా గమ్యంగా పెట్టుకొనివుంటే, నేనిప్పుడు బతికినంతకాలం బతికివుండగలిగే వాడినని మీరు అనుకొంటున్నారా? నేనే కాదు మహాశయులారా, మరెవ్వడూ బ్రతికి వుండేవాడు కాడు. నేను నా జీవిత కాలమంతటా నా పౌరవిధుల

నిర్వహణలోనేమి, నా వ్యక్తిగత వ్యవహారాల్లోనేమి సుసంబద్ధంగా వున్న సంగతిని మీరు గమనిస్తారు. న్యాయ విహితం కాని పనిని ఎవరు చేసినా, కొందరు కుటిల బుద్ధితో నా శిష్యులు అని వేలుపెట్టి చూపేవారే చేసినా కూడా, నేను అలాంటి పనికి ఎన్నడూ ఆమోదముద్ర వేయలేదు. నేను ఎవరికీ గురువునని ఎన్నడూ చెప్పుకోలేదు. ఎవరైనా అతను పెద్దవాడైనా, చిన్నవాడైనా నేను సంభాషిస్తున్నప్పుడు లేక నేను నా వ్యక్తిగత కర్తవ్యపాలన చేస్తున్నప్పుడు నా మాటలు వినాలని ఆతృత చూపితే నేను అతనికి ఆ అవకాశం యిచ్చేందుకు ఎన్నడూ సంకోచించను. అలాగే నేను అతనితో మాట్లాడేందుకు ఎలాంటి ఫీజూ వసూలు చెయ్యను. ఫీజు లేకుండా మాట్లాడేందుకూ నిరాకరించను. ధనికులకి, పేదలకి ఒకే మాదిరిగా సమాధానమిచ్చేందుకు నేను సంసిద్ధం. అలాగే, నా మాటలు వినేందుకూ, సమాధానాలు చెప్పేందుకూ ఎవరైనా కుతూహలం చూపితే నేను అందుక్కూడా సిద్ధమే. వీళ్ళలో ఏ ఒక మనిషైనా మంచి పౌరుడైనా లేక చెడ్డ పౌరుడైనా అందుకు నన్ను బాధ్యుణ్ణి చేసేందుకు వీల్లేదు. ఎందుకంటే నేనెన్నడూ ఎవరికీ ఏదో ఉపదేశమిస్తానని వాగ్దానం చేయలేదు. ఏ బోధనా చెయ్యనూ లేదు. ఏదైనా యితరుల్లో ప్రతి ఒక్కరికీ అందుబాటులో లేనిది తను తానుగా నా నుంచి ఎన్నడైనా నేర్చుకున్నాననిగాని, విన్నాననిగాని అంటే, అతను నిజం చెప్పడం లేదనడంలో మీకు ఏ సందేహమూ అక్కర్లేదు.

అయితే, కొందరు చాలా ఎక్కువ సమయం నా సాంగత్యంలో గడిపేందుకు సరదా పడతారు. అందుకు కారణం ఏమిటి? మహాశయులారా, అందుకు కారణం యేమిటో నేను ముందే మీకు నిర్మొహమాటంగా చెప్పాను. తాము నిజానికి వివేకవంతులు కాకపోయినా, తాము వివేకవంతులమని అనుకునేవాళ్ళను నేను పరీక్షించడం వాళ్ళకి బాగా యిష్టం కనుక, వాళ్ళు నా మాటలు వింటారు. ఈ అనుభవంలో వాళ్ళకి వినోదం లభిస్తుంది. ఈ బాధ్యతను ఒక విధిగా నేను స్వీకరించాను. ఈ ఆదేశం దివ్యవాణిద్వారా లేక అంతర్వాణిద్వారా లేక స్వప్నాలద్వారా నాకు అందిందా అన్నదానికి ఏమంత ప్రాముఖ్యంలేదు. మహాశయులారా నేను మీకు చెప్పింది సత్యం, దాన్ని నిరూపించుకోవడం తేలిక. కొందరు యువకుల్ని నేను పెడమార్గం పట్టించే క్రమంలో వున్నాననే మాటా, కొందరు యువకుల్ని నేను యింతకు ముందే పెడమార్గం పట్టించాననే మాటా, వాస్తవమైతే, నేను పెడమార్గం పట్టించినవాళ్ళలో కొందరు, యిప్పుడు పెద్దవాళ్ళైనందున, తాము యువావస్థలో వున్న కాలంలో నేను తమకి ఎప్పుడైనా తప్పుడు సలహా యిచ్చినట్లు గుర్తించివుంటే, వాళ్ళు నన్ను శిక్షించేందుకు యిప్పుడు విధిగా ముందుకు వస్తూండవలసిందే. వాళ్ళు స్వయంగా యీపని చేసేందుకు ఇష్టపడకపోతే, వాళ్ళ తండ్రులో, అన్నదమ్ములో లేక తదితర సన్నిహిత బంధువులో తమ పిల్లలు నా మూలంగా నష్టానికి గురైన విషయాన్ని గుర్తు చేసుకొని వుండేవాళ్ళు. వాళ్ళలో చాలామంది యీ రోజున యీ కోర్టులో ఉన్నారు. నాకు వాళ్ళు యిక్కణ్ణుంచి కనిపిస్తున్నారు - మొదట అడుగో అక్కడున్న క్రిటో, అతను నా వయస్సువాడు, నాకు దగ్గర్లో వున్న పొరుగువాడు. ఈ

క్రిటోబులస్ అనే యువకుడి తండ్రి, అటు తర్వాత అక్కడ స్ఫెట్టస్‌కి చెందిన విసానియస్. అతను ఇక్కడ వున్న ఎస్చినెస్ తండ్రి. ఆపైన అక్కడ వున్నది సెఫిసస్‌కి చెందిన ఆంటిఫన్. అతను ఎపిజెనెస్ తండ్రి. వాళ్ళ పక్కన ఉన్నారు చూడండి, వాళ్ళ సోదరులు మా బృందంలో సభ్యులు - థియోజోటిడెస్ కొడుకు నికోస్ట్రాటస్, థియోడోటస్ సోదరుడు. థీయోడోటస్ చనిపోయినందున, అతను తన సోదరుడికి విజ్ఞప్తి చేయలేడు. ఇదిగో యిక్కడున్నది పరలస్, ఇతను డెమొడోకస్ కొడుకు.

డెమెడోకస్ సోదరుడు థియేజెస్. పోతే ఇక్కడున్నది అరిస్టన్ కొడుకు అడిమాంటస్. అరిస్టన్ సోదరుడైన ప్లేటో అడుగో అక్కడున్నాడు. అపోలో డోరస్ సోదరుడైన అయెంటో డోరస్ యిదుగో యీ పక్కన వున్నాడు. ఇంకా చాలామందిని నేను పేరు పేరునా పేర్కొనగలను. మెలెటస్ తన ప్రసంగంలో వీళ్ళలో కొందరిని సాక్షులుగా ప్రవేశపెట్టి వుండవలసింది. అతను అప్పుడు మరిచిపోయి వుంటే, యిప్పుడైనా సరే, అతన్ని అలా చేయమనండి, వాళ్ళలో ఎవరినైనా మెలెటస్ సాక్షులుగా పిలుచుకుంటానంటే నాకెలాంటి అభ్యంతరమూ లేదు. అలాంటి సాక్ష్యం తనకి యేమైనా వుందేమో మెలెటస్‌ని చెప్పమనండి మహాశయులారా, అందుకు భిన్నంగా, మెలెటస్, అనిటస్‌లు పెడమార్గం పట్టించేవాడిగా, దుష్టబుద్ధిగా వర్ణించిన నాకు తోడ్పడేందుకు వాళ్ళందరూ సిద్ధంగా వున్నారు. నా చెడు ప్రభావానికి బలైనవాళ్ళు నాకు సాయం చేశారంటే, వాళ్ళని బహుశా మన్నించవచ్చునేమో. నాచేత తప్పుదోవ పట్టించబడని వాళ్ళూ, పరిణత వయస్కులైన వాళ్ళ బంధువులూ నన్ను సమర్థిస్తున్నారంటే, అందుకు మెలెటస్ అబద్ధం చెప్తున్నాడనీ, నేను చెప్తున్నది నిజమనీ వాళ్ళు గ్రహించడం తప్ప మరే కారణం వుంటుంది?

మహాశయలారా, నా వాజ్మూల సారాంశం దాదాపుగా యిది. మీలో ఎవరి పైనైనా ఇంతకంటె తక్కువ గురుతరమైన ఆరోపణలు వచ్చినప్పుడు, గుడ్లనీరు కుక్కుకొంటూ కోర్టులో సాధ్యమైనంత ఎక్కువ సానుభూతిని పొందేందుకు మీ పసిబిడ్డల్ని ప్రదర్శించి వుండటం గుర్తుకువచ్చి వుండవచ్చు. నాకు మరణశిక్ష ప్రమాదం ఉన్నప్పటికీ నేను అలాంటిదేమీ చేయబోవడంలేదు. మీలో యెవరైనా ఇందుకు కోపగించుకొని, నాకు వ్యతిరేకంగా వోటు చేయవచ్చు. మీలో యెవరైనా అలాంటి మానసికస్థితిలో ఉన్నట్లయితే, హోమర్ మహాకవి అన్నట్లు నేనే మానుకో, కొండకో, బండకో పుట్టలేదనీ, నాకూ ముగ్గురు కొడుకులు వున్నారనీ, వాళ్ళలో ఒకడు దాదాపు పెద్దవాడయ్యాడనీ, మిగిలిన యిద్దరూ బాగా చిన్నపిల్లలనీ, అయినప్పటికీ వాళ్ళని నేనిక్కడ హాజరుపరచదలుచుకోలేదనీ మీకు చెప్పదలచుకున్నాను.

నేను అలాంటిపనేదీ ఎందుకు చెయ్యాలనుకోవడంలేదు? మహాశయులారా అందుకు నా వక్రబుద్ధిగాని, మీరంటే ఏహ్యభావంగాని కారణంకాదు. మృత్యు సమక్షంలో నేను ధీరుడినా, భీరువునా అన్నదానితో దీనికి ఎలాంటి సంబంధమూ లేదు. సంగతేమిటంటే, నా ప్రతిష్ఠకీ, మీ ప్రతిష్ఠకీ, మొత్తంగా మన రాజ్య ప్రతిష్ఠకీ

ఇలాంటి పద్ధతులను వినియోగించడం నా వయస్సులో, నా మంచి పేరు దృష్ట్యా- నా మంచి పేరు విషయం ఏమైనా నేను అందరిలాంటి వాడిని కానన్న ప్రశస్తి ఉంది కదా - సరైనదికాదు. వివేకవంతులు, తదితర సద్గుణవంతులు అయిన మీలో ఎవరైనా యిలా ప్రవర్తించడం అప్రతిష్ఠ పని అవుతుంది. ఈ మాదిరి మనుషులు, వాళ్ళెంత ఉన్నతస్థాయిలో ఉన్నవాళ్లైనా కూడా, విచారణ సమయంలో ఎంతగానైనా దిగజారిపోవడం నేను అనేకపర్యాయాలు చూశాను. చావుకంటె భయంకరమైనది మరేమీ లేదన్నట్లూ, తమపైన మరణశిక్ష అమలుజరపబడకపోతే, తాము చిరంజీవులుగా ఉండిపోతామన్నట్లూ వాళ్ళు తలపోస్తున్నట్లు అనిపించకమానదు! ఉన్నత పదవుల్లో వున్నవారు సైతం యిందుకు మినహాయింపులుకారు. ఎథీనియన్ పౌరుషానికి ప్రతీకలుగా ఉండవలసినవాళ్ళు ఆడవాళ్ళకంటె మిన్నగా ప్రవర్తించకపోవడం శోచనీయం. మహాశయులారా! మీకు ఏమాత్రం కీర్తిప్రతిష్ఠలు ఉన్నా మీరు ఇలాంటి పద్ధతులకు దిగజారకూడదు. ఒకవేళ మేము అలా ప్రవర్తించేమాట్లైతే, మీరందుకు మాకు అనుమతి ఇవ్వకూడదు. అందుకు భిన్నంగా, ఇలాంటి దీన హీన ప్రవర్తనకు దిగజారి, తద్వారా మన నగరానికి అప్రతిష్ఠ తెచ్చేవాడెవడైనా అతను గంభీరంగా ఉండేవానికంటె కఠినతరమైన శిక్షకి గురి అవుతాడని మీరు స్పష్టం చేయవలసి ఉంటుంది.

ఎవరైనా జూరీ సభ్యులకి విన్నపం చేసుకొని, అలా చేయడంద్వారా శిక్ష నుంచి తప్పించుకోవడం సరైన పని అని నేననుకోను. వాళ్ళు జూరీ సభ్యులకి వాస్తవాలు వివరించి, తమ వాదన ద్వారా వాళ్ళని ఒప్పించాలి, అంతమాత్రమే. జూరీ సభ్యులు ఇక్కడ కూర్చున్నది ఏదో వరం ఇచ్చేందుకు కాదు, న్యాయం ఏ పక్షాన వుందో చూసి న్యాయం చెప్పేందుకు. జూరీ సభ్యులు చేసిన ప్రమాణం తమ ఇష్టాఇష్టాలపైన ఆధారపడి తీర్పు చెప్తామని కాదు, న్యాయవిహితమైన, న్యాయబద్ధమైన తీర్పు చెప్తామని. దీన్ని బట్టి తేలేదేమిటంటే, సత్య ప్రమాణంచేసి, దాన్ని భగ్నంచేసే అలవాటును మీలో మేము పెంపొందనివ్వకూడదు. అలాగే అలాంటి అలవాటును, మీరుకూడా మీలో పెంపొందనివ్వకూడదు. అలాంటిది మీకూ మాకూ పాపిష్టిదే అవుతుంది. నేను మిమ్మల్ని ప్రార్థించి, అర్థించి మిమ్మల్ని మీరు చేసిన ప్రమాణానికి భిన్నంగా వ్యవహరించేలా చేయ ప్రయత్నించడం ప్రతిష్ఠాకరమైన పనిగాని, నైతికమైన పనిగాని, మతపరమైన నా విధికి అనుగుణమైనదిగాని కాదు. అందునా, మెలెటస్ నాపైన అనైష్ఠికత ఆరోపణ చేసిన ఈ సందర్భంలో అది అసలే సరైన పనికాదు. అలా చేయడమంటే మీకు మతమంటే ధిక్కారాన్ని నేను బోధించడమే అవుతుంది. నా ఆత్మ సమర్థనద్వారా నేను నాకు మత విశ్వాసంలేదని నిరూపించుకోవడమే అవుతుంది. అయితే, అది పూర్తిగా సత్య విరుద్ధం. నాపైన నేరారోపణ చేసిన వాళ్ళలో ఏ ఒక్కరికంటే కూడా ఎక్కువగా నాకు చిత్తశుద్ధితో కూడిన విశ్వాసం ఉంది. కాగా, నాకూ కూడా అత్యుత్తమమైన రీతిలో న్యాయనిర్ణయం చేయవలసిందిగా నేను మిమ్మల్నీ, భగవంతుణ్ణీ కోరుతున్నాను.

❀ ❀ ❀

(సోక్రటీస్ ఇచ్చిన యీ వాజ్మూలాన్ని విన్న మీదట వోటింగు జరిగింది. దాంట్లో సోక్రటీస్ దోషి అనీ, అతనికి మరణశిక్ష విధించాలనీ 281 మందీ, అతను నిర్దోషి అని 220 మందీ వోటు వేశారు. సోక్రటీస్ దోషి అన్న నిర్ణయం జరిగింది. అటు తర్వాత సోక్రటీస్ తన ఆత్మ సమర్థనను ఇలా కొనసాగించాడు.)

నేను ఈ తీర్పుకి కుంగిపోవడంలేదు. అందుకు అనేక కారణాలు ఉన్నాయి. వాటన్నింట్లోకీ అతి ముఖ్యమైనది యీ పర్యవసానం అనూహ్యమైనది కాకపోవడం. నాకు ఆశ్చర్యం కలిగించిన విషయం శిక్షకు అనుకూలంగానూ, ప్రతికూలంగానూ పడిన వోట్ల సంఖ్య. వోట్ల సంఖ్యలు ఇంత సన్నిహితంగా ఉంటాయని నేనెన్నడూ ఊహించలేదు. కేవలం ఓ ముప్ఫయ్ వోట్లు ఇటు పడివుంటే నేను విడుదల చేయబడివుండేవాడిని. మెలెటస్ ఆరోపణకి సంబంధించినంతవరకు, నేను విముక్తుడినైనట్లే భావిస్తాను. అంతేకాదు, అనిటస్, లైకన్‌లు నాపైన ఆరోపణలు చేసివుండకపోతే, తనకి మొత్తం వోట్లలో అయిదోవంతు రాక, తన వెయ్యి డ్రాహ్మల డిపాజిట్‌ను పోగొట్టుకొని వుండేవాడన్న సంగతి బయటపడివుండేది.

కానైతే, అతను నాకు మరణశిక్షను డిమాండు చేస్తున్నాడు. సరే, చాలా బాగుంది. మహాశయులారా, నన్ను నాకు మరే ప్రత్యామ్నాయ శిక్ష సూచించమంటారు? అది తగినదిగా వుండాలి కదా. నేను చేసినదాని దృష్ట్యా నేను ఎంత జరిమానా చెల్లించాలి, ఏ శిక్ష అనుభవించాలి?

నేను ఎన్నడూ సామాన్యమైన, ప్రశాంతమైన జీవితం గడపలేదు. డబ్బు సంపాదించడం, మంచి సౌకర్యవంతమైన గృహం, ఉన్నత సైనిక లేక పౌరహోదా - తదితర అన్ని కార్యకలాపాలు, రాజకీయ ఉద్యోగాలు, మన నగరంలోని రహస్య సంఘాల్లో, పార్టీ సంఘాల్లో భాగస్వామ్యం - ఇలా పలువురు కోరుకొనే వాటికి వేటికీ నేను వెంపర్లాడలేదు. ఈ మాదిరి జీవితం కోసం ఎగబడటం కచ్చితమైన సూత్రబద్ధ జీవితం గడిపే నాకు సరిపడదని నేను తలచాను. మీకూ, నాకూ కూడా ఎలాంటి మంచినీ చేసి ఉండజాలని పంథాను చేబట్టేందుకు బదులు నేను నాకు సాధ్యమైన, నేను మిక్కిలి గొప్పగా పరిగణించిన సేవచేసేందుకు వ్యక్తిగతంగా పూనుకొన్నాను. మీలో ప్రతి ఒక్కరిచేతా మీమీ మానసిక, నైతిక సంక్షేమం గురించి కంటె ఆచరణలో లాభసాటి అయిన వాటిని గురించి ఎక్కువగా ఆలోచించకుండా చూసేందుకూ, లేక రాజ్యం విషయంలో గాని, మరే విషయంలో గాని సంక్షేమం గురించి కంటే, లాభసాటితనం గురించి మీచేత ఎక్కువగా ఆలోచింపజేసేందుకూ ప్రయత్నించాను. నేను ఇలా ప్రవర్తించినందుకు నాకు లభించవలసింది ఏమిటి? మహాశయులారా, నిజానికి నాకు యోగ్యమైనది, ఏదైనా బహుమానం నాకు తగిన బహుమానం. ప్రజలకు మేలుచేస్తూ, మీకు నైతిక ప్రోత్సాహం ఇచ్చేందుకు విరామం, విశ్రాంతీ అవసరమైన ఒక పేదవాడికి సముచిత మైనది ఏమిటి? అటువంటి వ్యక్తికి రాజ్యం ఖర్చుతో ఉచిత పోషణను మించిన సముచిత సత్కారం మరేదీ ఉండజాలదు. ఒలింపియా రేసులో ఒక గుర్రంతో లేక జోడు గుర్రాలతో లేక నాలుగు గుర్రాలతో

గెలిచినవానికంటే, అతను అందుకు మరెంతో అర్హుడు. వాళ్ళు విజయ ఆభాసను మాత్రమే చూపగా, నేను వాస్తవికతను చూపుతాను. వాళ్ళకి పోషణ అవసరం కాకపోగా, నాకు పోషణ అవసరం. నేను కచ్చితంగా న్యాయబద్ధమైన పెనాల్టీని సూచించవలసి వస్తే, రాజ్యంచేత ఉచిత పోషణను సూచిస్తాను.

బహుశా నేనీ మాట చెప్పినప్పుడు, సానుభూతిని రేకెత్తించడం గురించీ, ఉద్విగ్నంగా విజ్ఞప్తులు చేయడం గురించీ నేను వెనక చేసిన వ్యాఖ్యలు కలిగించిన మాదిరిగానే, నేను బుద్ధిపూర్వకంగానే వక్ర బుద్ధిని ప్రదర్శిస్తున్నానన్న అభిప్రాయాన్ని కలిగించవచ్చు. మహాశయులారా! పరిస్థితి అది కాదు. అసలు పరిస్థితి ఇదీ. నేను ఎవరికీ ఎన్నడూ చెడుగు చేయనన్న దృఢ విశ్వాసం నాకు వుంది. అయితే, ఈ విషయాన్ని నేను మీచేత ఒప్పించలేను. మనకి చర్చకి అతి స్వల్ప కాలం ఉండటమే యిందుకు కారణం. ఇతర దేశాల్లో మాదిరిగానే మీరు కూడా మరణశిక్ష విధింపబడ్డవాళ్ళ విచారణలకి ఒక్కరోజు కాక కొన్ని రోజుల వ్యవధి ఇచ్చినట్లయితే, మీచేత ఒప్పించగలనన్న విశ్వాసం నాకు ఉంది. అయితే, ప్రస్తుత పరిస్థితులలో తీవ్రమైన ఆరోపణల నిజానిజాలను స్వల్పకాల వ్యవధిలో తేల్చడం సాధ్యంకాదు. నేను ఎవ్వరికీ ఎలాంటి చెడుగూ చేయనన్న దృఢ నమ్మకం నాకు ఉంది. కనుక, నాకేదో చెడుగు చెయ్యమని కోరడం, లేక తదనుగుణమైన జరిమానా విధించమని అడగడంద్వారా నాకు నేను చెడు చేసుకోలేను. నేనెందుకు అలా చెయ్యాలి? నేను యింతకుముందే చెప్పినట్లు, అది మంచిదో, చెడ్డదో తెలియనప్పుడు, మెలెటస్ ప్రతిపాదించిన యీ జరిమానాకు భయపడి అలా చెయ్యాలా? నా ఎదురు ప్రతిపాదనద్వారా, చెడ్డదని నాకు బాగా తెలిసినదాన్ని నేను ఎంచుకోవాలనా మీ ఉద్దేశం? జైలు శిక్షనా? దఫదఫాలుగా నియమింపబడే న్యాయాధికారులకు లోబడి జైల్లో నా రోజులు ఎందుకు గడపాలి నేను? జరిమానా, అది చెల్లించేదాకా జైలువాసమా? నా విషయంలో రెండూ ఒక్కటే అవుతాయి. ఎందుకంటే, జరిమానా చెల్లించేందుకు నా దగ్గర డబ్బులేదు. లేక దేశ బహిష్కారాన్ని సూచించనా? మీరీ సూచనను బహుశా ఒప్పుకుంటారు.

మహాశయులారా, అయితే అలా చేసేందుకు నేను ప్రాణమంటే మహాతీపి కలిగివుండాలి. నా సహపౌరులైన మీరు నా సంభాషణలతోనూ, చర్చలతోనూ విసిగిపోయారని గుర్తించకుండా ఉండేందుకు నేనేమి గుడ్డివాణ్ణికాను. నా సంభాషణలూ, చర్చలూ మీకు మహా యిబ్బందికరంగా వున్నాయి. అందుకని మీరిప్పుడు వాటిని వదిలించుకోవాలని ప్రయత్నిస్తున్నారు. మరే దేశ ప్రజలకైనా వాటిని సహించడం తేలిగ్గా ఉంటుందా? మహాశయులారా, అది అత్యంత అసంభావ్యం. నేను వయస్సులో ఉన్నప్పుడు యీ దేశం వదలి ఒక నగర రాజ్యం తర్వాత మరో నగర రాజ్యంలో నా పద్ధతిని ప్రయోగించి పరిశీలిస్తూ, అన్నిచోట్ల నుంచీ బహిష్కరింపబడుతూ వుంటే బాగుండేది! నేను ఎక్కడికి వెళ్ళినా అక్కడి యువజనులు ఇక్కడి యువజనుల మాదిరిగానే నా సంభాషణలు వినేందుకు

ఉత్సుకులై వుండే వారనడంలో ఎలాంటి సందేహంలేదు నాకు. నేను వాళ్ళని దూరంగా వుంచేందుకు ప్రయత్నిస్తే వాళ్ళు తమ పెద్దలచేత నన్ను తరిమివేయించేవాళ్ళు. అందుకు భిన్నంగా నేను వాళ్ళని దగ్గరకి చేరదీసి వుంటే, వాళ్ళ తండ్రులూ, తదితర బంధువులూ తమ పిల్లల మంచికోసం నన్ను బుద్ధిపూర్వకంగా తరిమివేసి వుందురు.

బహుశా మీలో ఎవరైనా సోక్రటీస్, నువ్వు మమ్మల్ని వదిలిపెట్టిపోయాక నీ జీవితకాలమంతా నీ సొంతపని నువ్వు చేసుకొంటూ ప్రశాంతంగా గడపవచ్చు కదా అని నన్ను అడగవచ్చు.

మీలో కొందరికి అర్థమయ్యేలా చెప్పాలంటే, అన్నింట్లోకి అదే మిక్కిలి గడ్డు విషయం. అది భగవంతుణ్ణి ధిక్కరించడమే అవుతుందనీ, అందుకే 'నా సొంతపని నేను చేసుకోవడం' సాధ్యంకాదనీ నేనంటే, నేనీ మాటలు గంభీరంగా చెప్తున్నానని మీరు నమ్మరు. ఇందుకు విరుద్ధంగా మంచితనం గురించీ, నేను రోజూ మాట్లాడే ఇతర విషయాంశాలన్నింటిని గురించీ చర్చించకుండా ఒక్క రోజు కూడా వ్యర్థం చేయకండనీ, నన్ను నేనూ, యితరులనూ పరీక్షించడం నిజానికి మనిషి చేయగల పనులు అన్నింట్లోకి అత్యుత్తమమైనదనీ, యిలాంటి పరిశీలనలేని బతుకు బతికి సార్థక్యంలేదనీ నేను మీకు చెప్తే, మీరు నన్ను ఆ మాత్రం కూడా విశ్వసించరు. మహాశయులారా నేను చెప్తున్నదే అసలు సంగతి. అయితే మీచేత యీ విషయం ఒప్పించడం తేలిక కాదనుకోండి. పై పెచ్చు, నేను శిక్షార్హుడిననుకోవడం నాకు అలవాటులేదు. నా దగ్గర డబ్బు వుంటే, నేను యివ్వగలిగిన మొత్తాన్ని జరిమానాగా సూచించి ఉండేవాణ్ణి. ఎందుకంటే, నాకు దానివల్ల యే హానీ వుండేది కాదు. ఇప్పుడున్న పరిస్థితిలో, నేనలా సూచించలేను. ఎందుకంటే, నా దగ్గర డబ్బేమీలేదు. బహుశా నేనొక 'మినా' చెల్లించగలనేమో. ఒక 'మినా' జరిమానాని నేను సూచిస్తున్నాను.

మహాశయులారా, ఒక్క నిమిషం. ఇక్కడ వున్న ప్లేటో, క్రిటో, క్రిటోబులస్, అపోలోడోరస్‌లు తమ హామీపైన ముప్పయ్ 'మినే'ని జరిమానాగా సూచించమంటున్నారు. సరే, నేనా మొత్తానికి సమ్మతిస్తున్నాను. ఆ మొత్తం చెల్లింపు విషయంలో యీ పెద్ద మనుషుల మాటమీద మీరు ఆధారపడవచ్చును.

సరే, మహాశయులారా, కాలగమనంలో కొద్దిపాటి లబ్ధికోసం మీరు సోక్రటీస్ మీద మరణశిక్షను అమలు జరిపారన్న ఖ్యాతినీ, ఆ జ్ఞానిని - నేను జ్ఞానిని కాకపోయినా వాళ్ళు నన్ను జ్ఞాని అని పేర్కొంటారు. ఎవరనుకున్నారు, మిమ్మల్ని తప్పుపట్టాలని కోరుకునేవాళ్ళు. వాళ్ళ దృష్టిలో మన నగరాన్ని కించపరచాలని చూసేవాళ్ళ దృష్టిలో కుఖ్యాతినీ మీరు సంపాదించుకుంటారు. మీరు మరి కొద్దికాలం వేచియుంటే, ప్రకృతి గమన క్రమంలోనే మీరు కోరుకున్నది మీకు లభ్యమైయుండేది. నాకు వయస్సు ముదిరినట్లూ, నేను చావుకి సన్నిహితమౌతున్నటూ మీరు గమనిస్తారు. నేనీ విషయం చెప్తున్నది మీ అందరికీకాదు, నా మరణశిక్షకి

అనుకూలంగా ఓటువేసిన వాళ్ళకి మాత్రమే. వాళ్ళకి కూడా నేను చెప్పవలసిన అంశం మరొకటి వుంది. అయితే, అది సత్యానికి చాలా దూరం. నేను శిక్షింపబడేందుకు కారణం వాదనల లోపంకాదు, సిగ్గు బిడియాలు కోల్పోకపోవడం. మీకు పరమసంతోషం కలిగించే మాదిరిగా నేను మాట్లాడకపోవడం. నేను ఏడ్చి, శోకన్నాలు పెట్టివుంటే మీకు నచ్చివుండేది. కాని, నేను అలా చేయడం, రకరకాలుగా ప్రవర్తించడం, మాట్లాడటం నాకు పరువు తక్కువ పనిగా భావిస్తాను. మీరు యితరుల నుంచి అలాంటివి వినేందుకు అలవాటుపడి వున్నారు. అయితే, నేను యిప్పుడు ప్రమాదంలో వున్నాను గనుక, దాసోహం అంటూ మోకరిల్లాలని నేను అనుకోలేదు. నేను నా కేసును సమర్థించుకున్నతీరుకు నేనిప్పుడు పశ్చాత్తాపపడటంలేదు. ఈ నా ఆత్మసమర్థన ఫలితంగా మరణించడమే నాకు యిష్టంగాని, మరో మాదిరి ఆత్మసమర్థన ఫలితంగా జీవించడం నా అభిమతం కాదు. యుద్ధరంగంలో మాదిరిగానే న్యాయస్థానంలో సైతం నేనుగాని మరెవ్వరైనాగాని ఏదో ఒక విధంగా చావు తప్పించుకునేందుకు తన బుద్ధి కౌశల్యాన్ని వినియోగించకూడదు. యుద్ధంలో అస్త్రసన్యాసంచేసి, మీ శత్రువుల దయాధర్మభిక్ష వేడుకోవడంద్వారా మీరు చావును తప్పించుకోవచ్చు. మీరు అన్ని నీతి నియమాలకీ, సూత్రాలకీ చెల్లుచీటీ యిచ్చేస్తే, ఎలాంటి ప్రమాదంనుంచైనా తప్పించుకునేందుకు మీకు సవాలక్ష సాధనాలు దొరుకుతాయి. కాని మహాశయులారా, మరణం నుంచి తప్పించుకోవడం అంత మరీ కష్టంకాదు. అసలు కష్టం తప్పు చెయ్యకుండా తప్పించుకోవడం. ఇది మరీ సత్వర విషయం. ఈ ప్రస్తుత సందర్భంలో, మందగామి వృద్ధుడినైన నేను యీ రెండింటిలో మందగతిదైన మరణానికి లోబడగా, తెలివైనవాళ్ళు, చురుకైనవాళ్ళు అయిన నా ఆరోపకులు శీఘ్రగామి అయిన దురన్యాయానికి లోబడ్డారు. నేనీ కోర్టును విడిచి వెళ్ళేసరికి మీరు నాకు మరణశిక్ష విధిస్తారు. కాని, వాళ్ళు సత్యదేవత స్వయంగా చేసే దుష్టులు, దుర్మార్గులు అనే ఆరోపణలకు గురి అవుతారు. నేను నా శిక్షను ఔదలదాల్చినట్లే, వాళ్ళు వాళ్ళ శిక్షను తలదాలుస్తారు. అది విధిగా అలాగే వుండాలనడంలో నాకు ఎలాంటి సందేహం లేదు. ఫలితం న్యాయమైనదే అనుకుంటాను.

మృత్యు సన్నిధిలో వున్నవాళ్ళకి జోస్యం చెప్పే నేర్పు ఉంటుందట. నేనిప్పుడు సరిగా ఆ దశకు చేరుకున్నాను. నాకు వ్యతిరేకంగా ఓటు చేసిన మీకు జోస్యం చెప్పాలని అనిపిస్తోంది. ఓ నా మృత్యు దూతలారా, మీకు నేనొక విషయం స్పష్టం చేయాలి. నేను మరణించగానే మిమ్మల్ని పగ వెన్నంటుతుంది. మీరు నన్ను చంపినదానికంటె, అది మరెంతో బాధాకరంగా ఉంటుంది. నా మరణంతో మీరు మీ ప్రవర్తనని విమర్శకి గురికాకుండా తప్పించగలమని మీరు భ్రమపడుతున్నారు. కాని, నేను చెప్పేదేమిటంటే, ఫలితం యిందుకు సరిగా విరుద్ధంగా వుంటుంది. మీకు మరెందరో విమర్శకులు దాపురిస్తారు. ఇప్పటిదాకా, మీకు తెలియకుండా నేను

వాళ్ళని పట్టి నిలిపి వుంచాను. వాళ్ళు వయస్సులో నాకంటె బాగా చిన్నవాళ్ళు కనుక మీ పట్ల వాళ్ళు మరింత పరుషంగా వుంటారు. మీకు మరింత గాభరా కలిగిస్తారు. మీరు మనుషుల్ని మరణశిక్షకి గురిచేయడం ద్వారా మీ తప్పుడు జీవిత మార్గాన్ని నిరసించకుండా నిలిపివేయగలమని మీరు ఆశిస్తే, మీ తర్కంలో ఎక్కడో ఏదో లొసుగు వున్నట్లుంది. ఈ మాదిరి పలాయన సాధ్యమూ కాదు, ప్రతిష్ఠాకరమూ కాదు. అత్యుత్తమమూ, అతి సులభమూ అయిన మార్గం ఇతరుల నోళ్ళు మూయించడం కాదు, అందుకు భిన్నంగా మీకు చేతనైన మేరకు మిమ్మల్ని మీరు మంచివాళ్ళుగా చేసుకోవడం. నాపై మరణశిక్షకి అనుకూలంగా ఓటు చేసిన వాళ్ళకి యిదే నా తుది సందేశం.

నా విడుదలకి అనుకూలంగా ఓటు చేసిన వాళ్ళకి కూడా ఫలితంతో సరిపెట్టుకునే విషయంలో నేను యిప్పుడే, అంటే, అధికారులు హడావుడిగా వుండగా, ఆపైన మరణశిక్ష అమలు జరపబడే చోటుకి నేనింకా తరలింపబడేందుకు ముందే కొన్ని మాటలు చెప్పవలసి వుంది. మహాశయులారా, మిమ్మల్ని నాకోసం ఈ కొద్ది విరామ క్షణాలను వినియోగించుకోవలసిందిగా కోరుతున్నాను. చట్టం అనుమతించేటంతవరకు మనం కులాసాగా కబుర్లు ఎందుకు చెప్పుకోకూడదు? మిమ్మల్ని నేను నా మిత్రులుగా పరిగణిస్తున్నాను. నా ప్రస్తుత స్థితిని మీరు సరిగా అవగాహన చేసుకోవాలని నేను కోరుతున్నాను.

జూరీ సభ్యులైన పెద్ద మనుషులారా – మీరు అలా పిలవబడేందుకు అర్హులు– నాకిది గొప్ప అనుభవం. గతంలో అంతర్వాణి నాకు నిరంతర సహచరిగా వుండి, స్వల్పాతి స్వల్ప విషయంలో సైతం నేను అప మార్గాన పోతూంటే, నన్ను ఖండించేది. నేను అంతర్వాణి హెచ్చరికలకి బాగా అలవాటు పడివున్నాను. ఇప్పుడు నాకు సంభవించినదేదో మీరే చూస్తున్నారు కదా. దాన్ని మహా విపత్తు అని అనుకోవచ్చు. మామూలుగా అది అలాగే పరిగణించబడుతూ వుంటుంది. అయితే, యీ ఉదయం నేను యింటి దగ్గర బయల్దేరినప్పుడుగాని, నేను కోర్టులో నా స్థానం స్వీకరిస్తున్నప్పుడుగాని, నా ప్రసంగంలోని ఏ అంశంలోగాని, ఏ భాగంలోగాని నా అంతర్వాణి నాకు అడ్డు రాలేదు. ఇతర చర్చల్లో అది తరచు నన్ను వాక్యం మధ్యలో సైతం నిలిపేసేది. కాని యీసారి, అందుకు భిన్నంగా, ఈ వ్యవహారంలో అది ఎక్కడా, దేంట్లోనూ; నేను చెప్పిన దాంట్లోగాని, చేసిన దాంట్లోగాని అడ్డురాలేదు. దీని తాత్పర్యం ఏమై ఉంటుందన్నమాట! వినండి చెప్తాను. నాకీ రోజున సంభవించినది ఒక వరం అన్నమాట. మరణాన్ని మనం ఒక శాపంగా పరిగణించడం పూర్తిగా పొరపాటన్నమాట. నేనిలా అనుకునేందుకు నాకు మంచి ఆధారాలు ఉన్నాయి. నేను చేస్తున్నది తప్పక కొన్ని సత్ఫలితాలను యిచ్చే అవకాశం లేకపోయివుంటే, నా అంతర్వాణి నన్ను హెచ్చరించకుండా ఉండగలగడం అసంభవం.

సత్ఫలితం కోసం ఆశించేందుకు మంచి కారణమే ఉందన్న విషయం మనం గమనించాలి. ఇందుకు యితర ఆధారాలు కూడా ఉన్నాయి. మరణం ఈ కింది

రెండింటిలో ఏదైనా కావచ్చును. అది పూర్తి నిర్మూలనమూ, మృతునికి దేన్ని గురించీ ఎలాంటి చైతన్యమూ లేకపోవడమూ కావచ్చు. లేక చాలామంది చెప్పేట్టు ఒక మార్పు కావచ్చు, మృతుని ఆత్మ మరోచోటుకి పోవడం కావచ్చు. మరణమంటే చైతన్యరహిత స్థితీ, కలలూ కలతలులేని ప్రగాఢ సుషుప్తి మాత్రమే అయినట్లయితే, మరణం ఒక మహా వరం. కల సైతం కనకుండా యింత ప్రగాఢంగా నిద్రపోయిన రాత్రులు మీ జీవితంలో ఎన్ని ఉన్నాయనీ, వాటిని మీ జీవితంలోని యితర రాత్రింబగళ్ళతో సరిపోల్చుకొని, మీరు మీ జీవిత క్రమంలో యింతకంటే మెరుగైన, సుఖమైన రాత్రింబగళ్ళు ఎన్ని గడిపారనీ ఎవరైనా ప్రశ్నిస్తే, మామూలు మనుషుల మాట అటుంచి ఒక మహారాజు సైతం వాటిని వేళ్ళమీద లెక్కబెట్టి చెప్పగలుగుతాడని, నేననుకుంటాను. మరణమంటే అలాంటి ఒక దీర్ఘ రాత్రి అని నేనంటాను. అలాకాక, మరణమంటే యిక్కడ నుంచి మరో చోటుకి బదిలీ అవడం, మరణించినవాళ్ళందరూ అక్కడ వున్నారని మనం విన్నది నిజమైతే, మహాశయులారా, మరణం కంటే గొప్ప అదృష్టం మరొకటి ఏముండగలదు? మన న్యాయం అనబడే దానికి అందుబాటులోలేని ఆ పరలోకాన్ని చేరుకున్నప్పుడు, అక్కడి న్యాయస్థానాల్లో తమ యిహ జీవితాల్లో నిజాయితీగా న్యాయంగా ప్రవర్తించిన మినోస్, రాడమాంటస్, ఈకస్, ట్రిప్టోలెమస్, వగైరా దైవ సమానులవంటి సిసలైన న్యాయాధిపతులు తీర్పులు చెప్తూ వుంటారు. అలాంటి వారిని దర్శించగల అవకాశం కల్పించే ఈ ప్రయాణం నిష్ఫలమైనదెలా అవుతుంది? ఇంకోవిధంగా చూద్దాం. ఆర్ఫియస్‌నీ, ముసాయెస్‌నీ, హెసియోడ్‌నీ, హోమర్‌నీ చూసేందుకు మీలో ఒక్కొక్కరు ఎంత మూల్యం చెల్లిస్తారు? నా మటుకు నాకు, వాళ్ళని అక్కడ కలుసుకోవడం, పలమడెస్‌నీ, టెలమోన్ కొడుకు అజాక్స్‌నీ, అన్యాయమైన విచారణద్వారా మరణశిక్షకు గురైన ఇతర పాతకాలపు వీరుల్నీ కలుసుకోవడం, వాళ్ళ అదృష్టాన్ని నా అదృష్టంతో సరిపెట్టుకోవడం నిస్సందేహంగా వినోదకరంగా వుంటుందనుకుంటాను. అన్నిటికంటె ముఖ్యంగా అక్కడ కూడా ఇక్కడి మాదిరిగానే, నా కాలాన్ని మనుషుల మనసుల్ని పరిశీలించేందుకూ, పరిశోధించేందుకూ, వాళ్ళలో నిజంగా ఎవరు వివేకవంతులో, ఎవరు తమని వివేకవంతులని అనుకొంటారు. అంతమాత్రమే నేను కనుగొనేందుకు వినియోగించాలని కోరుకొంటున్నాను. మహాశయులారా, ట్రాయ్ పైన దండయాత్ర చేసిన బృహత్ సైన్యానికి నాయకుణ్ణి, లేక ఒడిస్సియస్‌ని, లేక సిసిఫస్‌ని, మనకి తెలిసిన వేలమంది పురుషుల్ని, స్త్రీలని కలిసి వాళ్ళతో మాట్లాడేందుకు, కలిసి మెలిసి వుంటూ చర్చించేందుకు – అదెంతటి ఊహాతీతమైన ఆనందాన్ని కలిగిస్తుంది? ఎంత మూల్యమైనా చెల్లించేందుకు సిద్ధపడనివారు ఎవరైనా వుంటారా? ఏదేమైనా, అలాంటి ప్రవర్తనకి అక్కడ ఎవరిపైనా మరణశిక్ష విధించరని నేను అనుకుంటాను. ఎందుకంటే, ఇతర ఆనందం విషయంలో మన ప్రపంచాన్ని వాళ్ళ ప్రపంచం అధిగమించడం మాట అటుంచి, మనం విన్నది నిజమే అయితే, యిప్పుడిక మిగిలిన కాలమంతా వాళ్ళు అమరులు కదా.

గౌరవనీయులైన జూరీ సభ్యులారా, మీరు కూడా రాబోయే మరణాన్ని చిత్త స్థైర్యంతో ఎదుర్కోండి. మంచి మనిషికి జీవించి వుండగాగాని, మరణానంతరంగాని ఏదీ హాని కలిగించజాలదనీ, అతని భవితవ్యం పట్ల దేవుళ్ళు ఉదాసీనంగా వుండజాలరనీ గుర్తుంచుకోండి. నా యీ ప్రస్తుత స్థితి యేదో యాదృచ్ఛికంగా వచ్చినది కాదు. నేనిక తనువు చాలించి, అముఖ్య వ్యాసంగాల నుంచి విముక్తి పొందేందుకు ఇది సరైన సమయమనడంలో నాకెలాంటి సందేహము లేదు. అందుకే నా అంతర్వాణి నన్నెన్నడూ నిరోధించలేదు. నాకు సంబంధించినంతవరకు, నన్ను ఖండించిన వాళ్ళపైనా, నామీద ఆరోపణలు చేసిన వాళ్ళపైనా నాకెలాంటి అక్కసూ లేదు. నాపైన ఆరోపణ చేయడంలో వాళ్ళ సంకల్పం దయతో కూడినది ఎంతమాత్రం కాదనుకోండి. నాకు హాని చేస్తున్నామని వాళ్ళు అనుకోవడమే వాళ్ళలా చేసినందుకు కారణం. వాళ్ళ తప్పు సరిగా అదే. అయితే, వాళ్ళని నేనొక్క కోర్కె కోరుతున్నాను. మహాశయులారా, నా కొడుకులు పెద్దవాళ్ళైనప్పుడు, మంచితనానికికంటె డబ్బుకిగాని, మరి దేనికైనా గాని ఎక్కువ విలువనిచ్చినట్లైతే, నేను మిమ్మల్ని వేధించినట్లే, మీరు వాళ్ళని వేధించండి. వాళ్ళు ఏ ఆధారమూ లేకుండా తమని తాము అధికులమని విర్రవీగితే, ముఖ్య విషయాలను అలక్ష్యంచేసి, తాము దేనీకీ పనికిమాలినవాళ్ళు కాగా, దేనికైనా పనికివచ్చే వాళ్ళుగా భావిస్తే నేను మిమ్మల్ని చివాట్లు పెట్టినట్లే మీరు వాళ్ళని చివాట్లు పెట్టండి. మీరు అలా చేస్తే, మీవల్ల నాకు అన్యాయం చేకూరిందని నేనూ, నా బిడ్డలూ తలుస్తాం.

ఇప్పుడిక మనం వెళ్ళిపోయేందుకు - నాకు చనిపోయేందుకూ, మీకు జీవించేందుకూ - సమయం ఆసన్నమైంది. అయితే, మనలో ఎవరిది సుఖతరమైన భవితయో ఆ దేవుడికే తెలియాలి.

సోక్రటీస్ పద్ధతి

సోక్రటీస్ సార్వజనీన (స్థిర) నిర్వచనాలు అనే భావాన్ని ప్రవేశపెట్టాడు. విడి వ్యక్తులు లేక వస్తువులు వైవిధ్యం కలిగి, భిన్న భిన్నంగా నిర్మింపబడి వుండవచ్చు. కాని వారిలో లేక వాటిలో సామ్యం ఏమిటో లేక వైవిధ్యం ఏమిటో తెలిపే నిర్వచనాలు మాత్రం మార్పు లేకుండా స్థిరంగా ఉంటాయి. ఉదాహరణకి విడివిడి కుక్కలు ఆకారంలో, రంగులో, ప్రమాణంలో భిన్నంగా ఉంటాయి. కానైతే, ఈ జంతువుల్ని పిల్లులుగానో లేక ఒంటెలుగానోకాక కుక్కలుగా గుర్తించేందుకు తోడ్పడే కొన్ని ఉమ్మడి విశిష్ట లక్షణాలు ఉన్నాయి. ఈ ఉమ్మడి విశిష్ట లక్షణాలే సార్వజనీనకమైనవి. జనం దేని మంచి చెడులనయినా విచారించేటప్పుడు సరిగా ఈ సార్వజనీన విశిష్ట లక్షణాలనే విధిగా దృష్టిలో పెట్టుకోవాలి.

ఈ సాధారణ విశిష్ట లక్షణాలను కనుగొనే సరైన మార్గం అనుమాన (Inductive) పద్ధతిని అనుసరించడమే. అంటే, ప్రత్యేక వాస్తవాల నుంచి ఒక సాధారణ అభిప్రాయాన్ని సాధించే తర్కం సాధించడమే అని సోక్రటీస్ విశ్వసించాడు. ఈ ప్రక్రియ గతితార్కిక (తాత్త్విక) సంవాద రూపం తీసుకుంది. దరిమిలా యిదే సోక్రటిస్ పద్ధతిగా ప్రసిద్ధి చెందింది. ఇద్దరో, అంతకంటె ఎక్కువమందో ఒక చర్చ ప్రారంభిస్తారు. ఏదో ఒక కీలక పదం లేక పదబంధ నిర్వచనం వారిలో ప్రతి ఒక్కరికీ తెలిసి వుంటుందన్న అవగాహనతో ఈ సంభాషణ లేక సంవాదం సాగుతుంది. ఆ సంభాషణా క్రమంలో మొదటి వాళ్ళ ఊహలు భిన్నమైనవనీ, అటు తర్వాత నిజమైన జ్ఞానం ఉందనుకొనేందుకు ఆ ఊహలు అరకొర అయినవనీ తేలుతుంది. ఈ విధంగా వాళ్ళు క్రమేణా అరకొర నిర్వచనాల నుంచి మరింత సమగ్ర నిర్వచనాల దిశగా ముందుకి సాగుతారు. అంతేకాదు, కేవలం కొద్ది ఉదాహరణలకి మాత్రమే వర్తించే నిర్వచనాల నుంచి అన్ని నిర్వచనాలకీ వర్తించే ఒక సార్వత్రిక నిర్వచనం దిశగా వాళ్ళు పురోగమిస్తారు. తరచు వాళ్ళు సంతృప్తికరమైన ఏ నిర్ధారణకీ చేరుకోకపోవచ్చు. కానయితే, వాళ్ళ గమ్యం ఎప్పుడూ ఒక్కటే - అసలయిన ఒక సార్వత్రిక నిర్వచనాన్ని సాధించడమే.

సోక్రటిస్ పద్ధతి మనుషుల అజ్ఞానాన్ని వెల్లడించేది. జనం నిజం అనుకునే అనేక విషయాలు తప్పని ఈ పద్ధతి నిరూపించింది. కీలక భావనల విషయంలో అజ్ఞానాన్ని బహిర్గతం చేసేందుకు సోక్రటీస్ వ్యంగ్యాన్ని సైతం వినియోగించుకున్నాడు. తనకి తెలియని విషయాలు అనేకం వున్న విషయాన్ని తెలుసుకోవడమే ఇతరులకీ, తనకీ మధ్యవున్న భేదమని సోక్రటీస్ వక్కాణించేవాడు.

తన అజ్ఞానాన్ని గురించిన సోక్రటీస్ పునః పునరుద్ఘాటన యితరులకు తమతమ అజ్ఞానాన్ని గుర్తుకి తెస్తూండేది.

సోక్రటీస్ తత్త్వశాస్త్రానికి ముఖ్యమైన రెండు చేర్పులు చేశాడు. మొదటిది గతితార్కిక తాత్త్విక పరిశీలనా పద్ధతి. దీన్ని ఆయన డయోటిమా అనే పూజారిణి దగ్గర అభ్యసించాడు. దాన్ని సుస్పష్టమయిన తార్కిక పద్ధతిగా ఆయన పెంపొందించాడు. గతితార్కిక పరిశీలనా పద్ధతికి తదుపరి తత్త్వవేత్తలు సుస్పష్టమైన రూపాన్ని యిచ్చారు. రెండవది సోక్రటీస్ గతితర్కాన్ని నీతి నియమాలకి సాధనంగా చేశాడు.

సోక్రటీస్ గతితర్కం వ్యంగ్యంతోనూ, ప్రశ్నోత్తరాల రూపంలో ప్రత్యర్థిలో నూతన భావాలను ఉత్పన్నం చేయడంతో కూడివుంటుంది. సోక్రటీస్ మొదట తన ప్రశ్నలద్వారా ప్రత్యర్థిలోని అజ్ఞానాన్ని బహిర్గతం చేసి, తనకి తెలియనిది తెలుసు ననుకునే అతని అహంభావాన్ని చూర్ణం చేస్తాడు. తర్వాత అతనికి నిజమైన జ్ఞానాన్ని అన్వేషించేందుకు పురికొల్పుతాడు. అతను వివేకవంతుడయ్యేందుకు తోడ్పడుతాడు.

ఒకే విషయం ఒకరికి మంచిది, మరొకరికి చెడ్డది కావచ్చునంటాడు సోక్రటీస్. ఉదాహరణకి ఆకొన్నవాడికి అమృతప్రాయమయిన ఆహారం జ్వర పీడితుడికి విషప్రాయం కావచ్చు అంటాడు సోక్రటీస్.

సార్వత్రిక సత్యాలను గ్రహించడం మానసికంగా, ఆలోచనద్వారా మాత్రమే సాధ్యమని నమ్మిన సోక్రటీస్, "నిన్ను నువ్వు తెలుసుకో!" అంటాడు.

శాస్త్రీయ నీతిశాస్త్ర జనకుడుగా పరిగణింపబడిన సోక్రటీస్, సద్గుణాన్ని జ్ఞానంగా పరిగణిస్తాడు.

మంచితనం, న్యాయం, చట్ట విధేయతతో కూడి వుంటాయనే సోక్రటీస్- న్యాయంగా ఉండటమంటే చట్టాన్ని పాటించడమే అంటాడు. ఆయన గ్రీసులో అప్పట్లో అమల్లో ఉన్న బానిస యాజమాన్యాన్ని ఖండించాడు. మొత్తం 4,00,000 మంది ఏథెన్సు వాసుల్లో 2,50,000 మంది బానిసలు. వాళ్ళకి ఎలాంటి రాజకీయ హక్కులూ ఉండేవి కావు. మిగిలిన 1,50,000 మంది స్వతంత్రులు లేక పౌరుల్లో కొద్దిమంది మాత్రమే రాజ్య విధానాలు చర్చించబడి నిర్ణయించబడే సాధారణ అసెంబ్లీ (Eeelesia) లో సభ్యులుగా ఉండేవారు.

సోక్రటీస్ తాత్త్విక భావాలు కొన్ని సంవాదాలు

సోక్రటీస్ తాత్త్విక భావాలను సంవాదాల రూపంలో, సోక్రటీస్ చెప్పిన మాటల్లో, చెప్పిన రీతిలో ప్లేటో తన తొలి సంవాదాల్లో కళాత్మకంగా, నాటకీయంగా చిత్రించాడు. ఈ తొలి సంవాదాల్లో పావిత్ర్యం గురించి చర్చించిన 'యూతిఫ్రో', మితవర్తనం గురించి చర్చించిన 'చార్మిడెస్', కళని గురించి చర్చించిన 'ఇయాన్', ధైర్యసాహసాలను గురించి చర్చించిన 'లాచెస్' అనేవి ముఖ్యమైన వాటిలో కొన్ని.

ప్లేటో తన మలి సంవాదాల్లో సోక్రటీస్‌ని ఒక ప్రధాన పాత్రగా వాడుకున్నప్పటికీ, వాటిలో తన భావాలనే సోక్రటీస్ నోట చెప్పిస్తాడు. ఈ మలి సంవాదాల్లో తొలి సంవాదాల్లోని నాటకీయత, సాహితీ లక్షణాలు లోపించాయనీ, అయితే యివి ఆయా ప్రశ్నలకి మరింత కచ్చితమైన, సమగ్రమైన సమాధానాలను సమకూరుస్తాయనీ విమర్శకులు అంటారు.

ఆయా సంవాదాలు కొన్నింటిలో సోక్రటీస్ తాత్త్విక భావాలు ఎలా ప్రవచింపబడ్డాయో సంక్షిప్తంగా యిక్కడ చూద్దాం.

యూతిఫ్రో

ఈ సంవాదం సోక్రటీస్‌పై విచారణకి సరిగా ముందు జరగడం చాలా ఆసక్తికరమైన విశేషం. తనకి విధింపబడబోయే మరణశిక్షని గురించి తెలిసినప్పటికీ సోక్రటీస్ హాస్యంగా, వ్యంగ్యంగా మాట్లాడటం యిందులో ఆసక్తికర విశేషం. పావిత్ర్యం అంటే ఏమిటన్నది దీనిలో చర్చనీయాంశం.

సోక్రటీస్, యూతిఫ్రోలు న్యాయస్థానాల దగ్గర కలుసుకుంటారు. అక్కడ సోక్రటీస్‌ని చూసిన యూతిఫ్రో ఆశ్చర్యంగా యిక్కడికి నువ్వెందుకు వచ్చావని ప్రశ్నిస్తాడు. ఏథెన్సు యువజనాన్ని తప్పుదోవ పట్టిస్తున్నానన్న ఆరోపణమీద అని జవాబిస్తాడు సోక్రటీస్. యూతిఫ్రో హత్యారోపణ అభియోగంతో తన తండ్రిని శిక్షింపజేసేందుకు తను వచ్చినట్లు చెప్తాడు. మత భాష్యకారుడు, సిద్ధాంతవేత్త అయిన యూతిఫ్రో ఏది తప్పు, ఏది ఒప్పు అనే విషయంలో తనకి ప్రత్యేకమైన అంతర్ జ్ఞానం ఉందనీ, ఆ జ్ఞానంతోనే, నేరం చేసినది తన తండ్రే అయినప్పటికీ, ఆయన్ని శిక్షింపజేసేందుకు పవిత్ర దృష్టితో తను పూనుకున్నాననీ చెప్పాడు.

"పావిత్ర్యం అంటే యేమిటి?" అని ప్రశ్నిస్తాడు సోక్రటీస్. పావిత్ర్యం అంటే హత్య, దైవ దూషణ మొదలైన తప్పులు చేసేవాళ్ళని శిక్షించడం, చెడ్డపని చేసినవాళ్ళని సహించి ఊరుకోకపోవడం - ఆ చెడ్డపని చేసినవాడు తన తండ్రి అయినాసరే అంటాడు యూతిఫ్రో.

యూతి: దేవతలకి యిష్టమైనది పవిత్రమైనది, వారికి ఇష్టంకానిది అపవిత్రమైనది.

సోక్ర: ఒక పనిని కొందరు దేవతలు ఒప్పుగా మరికొందరు తప్పుగా తలుస్తున్నారనే కదా నువ్వు చెప్పేది?

యూతి: ఔను.

సోక్ర: నీ లెక్క ప్రకారం ఒక్క వస్తువే పవిత్రమైనదిగా, అపవిత్రమైనదిగా కూడా ఉంటోందన్న మాట.

యూతి: అలాగే తోస్తోంది.

సోక్ర: దేవతల్లో కొందరు తప్పుగా, కొందరు ఒప్పుగా భావించేది పవిత్రమైనది కాదనీ, దేవతలందరూ ఒప్పుగా భావించేదే పవిత్రమైనదనీ నీ అభిప్రాయమా? పావిత్ర్యం న్యాయమైనదిగా ఉండాలనేనా నీ అభిప్రాయం?

యూతి: ఔను.

సోక్ర: ఏదైనా పవిత్రమైనది గనుక దేవతలు ప్రేమిస్తారా? లేక దేవతలు ప్రేమిస్తున్నారు కనుక అది పవిత్రమైనదా?

యూతి: అది పవిత్రమైనది కనుకనే.

సోక్ర: అది పవిత్రమైనది కనుకనే దేవతలచే ప్రేమింపబడుతోంది. దేవతలచే ప్రేమింపబడుతోంది కనుక పవిత్రమైనది కాదు. అంతేనా?

యూతి: ఔను.

సోక్ర: పావిత్ర్యం అంతా న్యాయంగా ఉండాలని నువ్వు అనుకొంటున్నావు, ఔనా?

యూతి: ఔను.

సోక్ర: న్యాయమైనదంతా పవిత్రమైనదేనా? లేక కొంత భాగం మాత్రమే పవిత్రమైనదా?

యూతి: నీ భావమేమిటో నాకు బోధపడటంలేదు.

సోక్ర: "ఎక్కడైతే భయం వుంటుందో అక్కడే గౌరవం కూడా వుంటుంది" అన్న స్టాసినిస్ కవి మాటలతో నేను ఏకీభవించను. ఎందుకో చెప్పనా?

యూతి: చెప్పు.

సోక్ర: రోగం, దారిద్ర్యం వంటి వాటిపట్ల భయం కలిగిన మనుషులు వాటిని గౌరవించరు. ఔనా?

యూతి: ఔను.

సోక్ర: న్యాయం ఉన్నచోట ఎల్లప్పుడూ పావిత్ర్యం వుంటుందా? లేక పావిత్ర్యం వున్నచోట ఎల్లప్పుడూ న్యాయం ఉన్నప్పటికీ, మరి పావిత్ర్యం న్యాయంలోని ఒక

భాగం మాత్రమే. కనుక, న్యాయం ఉన్నచోట ఎల్లప్పుడూ పావిత్ర్యం ఉండదు. ఔనా?

యూతి: ఔను. దేవతలయెడ ఉండదగిన శ్రద్ధతో చేయదగిన న్యాయంలోని భాగాలుగా పావిత్ర్యాన్నీ, దైవభక్తినీ మరి మానవులపట్ల చూపదగిన శ్రద్ధతో ఏమి చేయవలసివుందో దాన్ని న్యాయంలోని మిగిలిన భాగం అని నేను అంటాను.

సోక్ర: దేవతలను గురించి శ్రద్ధ అంటే దైవభక్తి, పావిత్ర్యం అని కదా నీ అభిప్రాయం?

యూతి: ఔను.

సోక్ర: దేవతలపట్ల చూపే ఏ రకమైన శ్రద్ధను పావిత్ర్యం అనవచ్చును?

యూతి: ఆ పావిత్ర్యం తమ యజమానులపట్ల వారి సేవకులు చూపే శ్రద్ధ వంటిదనుకుంటాను.

సోక్ర: అయితే, అది దేవతలకు చేసే ఒకానొక రకమైన సేవవంటిది అన్నమాట.

యూతి: అవశ్యం.

సోక్ర: సేవ అంటే దేవతలకి యివ్వడం, ప్రార్థన అంటే దేవతలనుంచి ఏదైనా అర్థించడం. అంతేనా?

యూతి: అంతే.

సోక్ర: పావిత్ర్యం అంటే దేవతలను అర్థించడంలోనూ, దేవతలకు ఇవ్వడంలోను వున్న విజ్ఞానం అనేనా నీ ఉద్దేశం.

యూతి: సరిగా అదే.

సోక్ర: పావిత్ర్యం అంటే మానవులకు, దేవతలకు మధ్య జరిగే వ్యాపారంలోని కళ అనా నీ ఉద్దేశం?

యూతి: ఔను, నీకు యిష్టమైతే, నువ్వు దాన్ని అలా అనవచ్చు.

సోక్ర: నాకు నిజం తప్ప మరేమి యిష్టంకాదు. మనకి వున్న మంచి వస్తువులన్నీ దేవతలనుండి మనం పొందుతున్నవే కదా? ఈ వ్యాపారంలో మనం లాభం పొందుతున్నామేగాని, దీనికి బదులు మనం దేవతలకి ఏమీ ఇవ్వడంలేదు.

యూతి: గౌరవం, దైవభక్తి, వగైరాలు మనం యిచ్చే కానుకలే కదా?

సోక్ర: అంటే, పావిత్ర్యం అన్నది దేవతలకి స్వీకారయోగ్యమైనదన్నమాట. కాని అది వాళ్ళకి లాభకారీ కాదు, ఇష్టమైనదీ కాదు.

యూతి: వారికి యింతకంటే ప్రియమైనదేదీ లేదనుకొంటాను.

సోక్ర: అయితే, పావిత్ర్య అంటే దేవతలకి ఇష్టమైనదంటావు.

యూతి: అవశ్యం.

సోక్ర: నీ నిర్వచనాలు తిరిగి తిరిగి ఒకేచోటుకి వస్తున్నాయి. పావిత్ర్యమూ, దేవతలకి యిష్టమైనదీ – ఈ రెండూ వేర్వేరు విషయాలని మనం యింతకుముందే చూశాం కదా? నీకు గుర్తులేదా?

యూతి: ఉంది.

సోక్ర: దేవతలు ప్రేమించేది పవిత్రమైనది అన్నావు. దేవతలు ప్రేమించేదీ, వారికి యిష్టమైనదీ ఒకటే కదా.

యూతి: ఔను.

సోక్ర: అయితే మొదటి నిర్వచనమో, లేక ఇప్పటి నిర్వచనమో మాత్రమే సరైనది, రెండవది తప్పైనది అయుండాలి కదా.

యూతి: అనిపిస్తోంది.

సోక్ర: పావిత్ర్యం అంటే యేమిటో, అపవిత్రత అంటే యేమిటో సరిగా తెలియకుండా వయసు చెల్లిన నీ తండ్రిని నువ్వు శిక్షింపజేసేందుకు సాహసించలేవు కదా. నువ్వు తప్పు చేస్తే దేవతల కోపానికి గురికావలసి వుంటావు. ఈ విషయం నీకు తెలిసే వుంటుంది. అదేమిటో దయచేసి నాకు చెప్పు.

యూతి: సోక్రటీసూ, దానిని మరొకప్పుడు పరిశీలిద్దాం. నాకు ఇప్పుడు చాలా తొందర పనివుంది. నేనిప్పుడు వెళ్ళిపోవాలి.

సోక్ర: నీకున్న పని యేమిటి యూతిఫ్రాసూ! పావిత్ర్యం అంటే ఏమిటో, అపవిత్రత అంటే ఏమిటో నీ దగ్గర నేను తెలుసుకొని, మెలెటస్ నుంచి తప్పించకొనవచ్చుగదా అని కొండంత ఆశ పెట్టుకున్నాను. ఆ నా ఆశలన్నింటినీ భగ్నం చేసివేస్తున్నావేమిటి?

(ఇలా ముగుస్తుంది ఈ సంవాదం. సోక్రటీస్ యూతిఫ్రో తెలియమిని యిలా బహిర్గతం చేస్తూ, పవిత్రత గురించిన తన భావాలను వెల్లడిస్తాడు ఈ సంవాదంలో).

చార్మిడెస్

(ఇతర సంవాదాలు అన్నింట్లో మాదిరిగానే సోక్రటీస్ ఈ 'చార్మిడెస్' సంవాదంలో కూడా శ్రోతలచేత తన భావాలను విశ్వసింపజేయ పూనుకోడు, వాళ్ళ ఆలోచనలను రేకెత్తించ ప్రయత్నిస్తాడు. "నిన్ను నువ్వు తెలుసుకో," "అతి సర్వత్ర వర్జయేత్" అన్న భావాలు ఈ సంవాద సారాంశం. స్వాతిశయం, పొగరుబోతు - అహంభావం, గ్రీకులు అసహ్యించుకొనే ఈ రెండు లక్షణాలకీ వ్యతిరేకమైన వినయం, నమ్రత ఈ సంవాద సారాంశం. గ్రీకు భాషలో ఈ భావాలన్నింటినీ వ్యక్తం చేసే పదం `Sophrosyne'. దీన్ని విశృంఖలత్వానికి భిన్నంగా ఆత్మ సంయమన, సామరస్యాలను వ్యక్తంచేసే మితవర్తనం అనవచ్చు.

సోక్రటీస్ పద్ధతిలో శల్య పరీక్ష ఈ సంవాదంలో కూడా కనిపిస్తుంది. కాగా, "Sophrosyne అంటే యేమిటో కనిపెట్టడంలో నేను ఘోరంగా విఫలమయ్యాను" అన్న సోక్రటీస్ నిర్ధారణతో పాఠకులు దాదాపు ఏకీభవిస్తారు, ఈ సంవాదం చదివాక.)

క్రిటియస్ సోక్రటీస్‌లు మాట్లాడుకొంటూ వుంటారు. ఈలోగా కొందరు యువకులు అక్కడికి వస్తారు. వారిలో చార్మిడెస్ అనే యువకుడు చక్కని అంగసౌష్ఠవం కలిగిన మిక్కిలి అందగాడు. అతని అందాన్ని క్రిటియస్ పొగడుతాడు. చార్మిడెస్‌కి బాహ్యసౌందర్యమేనా లేక అంతస్సౌందర్యం కూడా వుందా అని ప్రశ్నిస్తాడు సోక్రటీస్. ఆ యువకుడు అప్పటికే తత్త్వవేత్తా, ఓ మాదిరి కవీ కూడా అని చెప్తాడు క్రిటియస్. చార్మిడెస్ తలనొప్పితో బాధపడుతూ వుంటాడు. సోక్రటీస్ ఆ వ్యాధికి తన దగ్గర ఒక మందు వుందనీ, అయితే, అది ఒక మంత్రం నేర్చుకుని, దానితోబాటు సేవిస్తేనే పనిచేస్తుందనీ చెప్పాడు.

తర్వాత ఆ యిద్దరి మధ్యా జరిగిన సంభాషణ క్రమంలో చార్మిడెస్, నీ అందానికి నువ్వు మితవర్తనాన్నీ, సంయమనాన్నీ జోడిస్తే, అది మరింతగా రాణిస్తుందని చెప్తాడు.

సోక్ర: చార్మిడెస్, నీ ఉద్దేశంలో మితవర్తనం అంటే యేమిటి?

చార్మి: మితవర్తనం అంటే, ఒక మాదిరి ప్రశాంతి.

సోక్ర: మితవర్తనం ఉదాత్తమైనది. మంచిది అంటావా?

చార్మి: ఔను.

సోక్ర: స్తబ్దత, మంద ప్రవర్తన కంటె శీఘ్ర వర్తనం, నైశిత్యం మెరుగంటావా?

చార్మి: ఔను.

సోక్ర: మిత వర్తనం మంచిదంటావా?

చార్మి: ఔను.

సోక్ర: మితవర్తనం ఉదాత్తమైనదేగాక, మంచిది కూడానా?

చార్మి: ఔను.

సోక్ర: హోమర్ 'ఒడిస్సీ'లో నమ్రత అవసరార్థికి మంచిది కాదు అంటాడు. నువ్వేమంటావ్?

చార్మి: నేను అంగీకరిస్తాను.

సోక్ర: అంటే, మితవర్తనం మంచిదీ, చెడ్డదీ కూడానా?

చార్మి: అలాగే తోస్తోంది. 'మితవర్తనం అంటే మన సొంత పని మనం చేసుకోవడం' అని ఎవరో అనగా విన్నాను. ఆయన అన్నది సరైనదేనా?

సోక్ర: ఓరి నీ దుంపతెగ! ఇది క్రిటియసో, మరెవరైనా తత్త్వవేత్తో అని వుంటాడు, ఔనా?

క్రిటి: నేను మాత్రం కాదు.

సోక్ర: అసలు సంగతి ఎవరు చెప్పారన్నది కాదు. అది నిజమా, కాదా అన్నది. ఇతరుల పనిచేసేవాళ్ళు మితవర్తనులు కాకూడదని ఏమైనా వుందా? మంచిపనులు చేయడం సంయమన వర్తనం అంటావా?

క్రిటి: ఔను.

సోక్ర: చెడ్డ చేసినవాడు కాక, మంచి చేసినవాడు మితవర్తనుడంటావా?

క్రిటి: మితవర్తనం అంటే మంచి పనులు చేయడం అని నా ఉద్దేశం.

సోక్ర: ఒక వైద్యుడు, తను ఏమి చేశాడో తెలియకుండానే మంచి లేక చెడు చేయవచ్చు. అయితే, మంచి చేయడంద్వారా అతను సంయమనంగా లేక తెలివిగా వ్యవహరించాడంటావు, అంతేనా?

క్రిటి: ఔను.

సోక్ర: మంచి చేసే క్రమంలో అతను తెలివిగా లేక సంయమనంగా వ్యవహరించవచ్చు, తెలివిగా లేక మితంగా ఉండవచ్చు, అదే సమయంలో తన తెలివిని లేక మిత ప్రవర్తనని గురించి తెలుసుకోకపోవచ్చు కూడా అంటావు, అంతేనా?

క్రిటి: ఆత్మజ్ఞానమే మితవర్తన సారాంశం అంటాను. నా ఉద్దేశంలో “నిన్ను నీవు తెలుసుకో!” అన్నదీ, “మితవర్తనుడవై వుండు!” అన్నదీ ఒకటే అనుకుంటాను. “అతి సర్వత్ర వర్జయేత్” అని తరతరాల జ్ఞానులు చెప్తూ వస్తున్నారు.

సోక్ర: మిత వర్తనం లేక వివేకం అన్నది ఒక జానవర్గమయితే, అదొక విజ్ఞానశాస్త్రం, దేన్నో ఒకదాన్ని గురించిన విజ్ఞానశాస్త్రం అయ్యుండాలి.

క్రిటి: ఔను, మనిషి వ్యక్తిత్వానికి సంబంధించిన విజ్ఞానశాస్త్రం.

సోక్ర: అయితే, మితవర్తనం లేక వివేకం అనే మానవ వ్యక్తిత్వ విజ్ఞానశాస్త్రం చేసే మంచి పని ఏమిటి? దయచేసి చెప్పు.

క్రిటి: వివేకం అన్నది మాత్రమే విజ్ఞానశాస్త్రం. అది తనని గురించిన, తదితర విజ్ఞానశాస్త్రాలను గురించిన విజ్ఞానశాస్త్రం.

సోక్ర: వివేకవంతుడు లేక మితవర్తనుడు ఐన మనిషి మాత్రమే తనని గురించి తాను తెలుసుకుంటాడు. అదే వివేకం, మితవర్తనం, ఆత్మ జ్ఞానం అంతేనా?

క్రిటి: ఔను.

సోక్ర: క్రిటియస్, నువ్వనే విజ్ఞానశాస్త్రాలకు మూలమైన విజ్ఞానశాస్త్రం (Science of Sciences) ఉందనుకుందాం, ఆ ఊహ రైటైనా, తప్పైనా. అలాంటి విజ్ఞానశాస్త్రం ఆత్మజ్ఞానాన్ని లేక వివేకాన్ని గుర్తించేందుకు తోడ్పడుతుందా?

క్రిటి: శీఘ్ర గమనం ఉన్నవాడు శీఘ్రగామి అవుతాడు. అందం వున్నవాడు అందగాడు అవుతాడు. జ్ఞానం వున్నవాడు తనని తాను తెలుసుకుంటాడు.

సోక్ర: నీకు తెలిసినదాన్నీ, నీకు తెలియనిదాన్నీ నువ్వు తెలుసుకోవడం, నిన్ను నువ్వు తెలుసుకోవడం ఒకటే ఎలా అవుతాయో నాకు బోధపడటంలేదు. వైద్యం చేసేవాడు వైద్యుడూ, వివేకవంతుడూ కూడా అయ్యుండాలి, ఔనా?

క్రిటి: ఔను.

సోక్ర: ఏ ఇతర కళాకారుడి మాదిరిగానే, వివేకవంతుడు లేక మితవర్తనుడు తన వృత్తిలో ఉన్నవాణ్ణి మాత్రమే తెలుసుకోగలుగుతాడు, మరెవరినీ తెలుసుకోలేడు.

క్రిటి: అది విస్పష్టం.

సోక్ర: ఈ కొత్త దృక్కోణం నుంచి చూసినప్పుడు జ్ఞానానికీ, అజ్ఞానానికీ సంబంధించిన వివేకానికి కొంత పైచేయి వుంటుంది. అలాంటి జ్ఞానం వున్నవాడు దేన్నైనా మరింత తేలిగ్గా నేర్చుకుంటాడు. అతనికి అన్నీ మరింత స్పష్టంగా తెలియవస్తాయి. అతను విజ్ఞానశాస్త్రం కూడా తెలుసుకుంటాడు. కాగా, వివేకంద్వారా సంతరించుకోగల మేళ్ళు ఇవే కదా?

క్రిటి: కావచ్చు.

సోక్ర: ఆ జ్ఞానం దేన్ని గురించినది?

క్రిటి: దేని ద్వారా మంచి చెడ్డలను అతను దర్శిస్తాడో, ఆ జ్ఞానం.

సోక్ర: క్రిటియస్, నువ్వీ విజ్ఞానశాస్త్రాన్ని ఇతరులనుంచి తొలగిస్తే వైద్యం ఆరోగ్యాన్ని ఇవ్వదు, నేతగాని కళ దుస్తులు ఇవ్వదు, సేనాని కళ యుద్ధంలో ఫలితాలు ఇవ్వదు. అంతేనా?

క్రిటి: సరిగ్గా అంతే.

సోక్ర: అయితే, ఈ విజ్ఞానశాస్త్రం ఇతర శాస్త్రాల శాస్త్రం కాదు. విజ్ఞానంగాని, సంయమనంగాని కాదు. అది మంచి, చెడ్డల శాస్త్రమేగాని అది జ్ఞానాజ్ఞానాల విజ్ఞానశాస్త్రం కాదు.

క్రిటి: వివేకం ఏ మేలునీ చెయ్యనప్పుడు, అది లాభసాటి ఐనది ఎలా అవుతుంది? అది లాభసాటి కాజాలదనడం స్పష్టం సోక్రటీస్.

సోక్ర: చార్మిడెస్, నీ విషయంలో నాకు చాలా విచారంగా వుంది. ఇంత అందం, వివేకం, ఆత్మ సంయమనం ఉన్న నీకు, నీ వివేక, సంయమనాల మూలంగా జీవితంలో ఎలాంటి లాభమూ మేలూ లేకపోవడం చాలా విచారకరం చార్మిడెస్. నువ్వు మరింత వివేకవంతుడివీ, మరింత సంయమనం కలిగిన వాడివీ అయినప్పుడు, నువ్వు మరింత సుఖవంతుడివవుతావని నా దృఢనమ్మకం.

చార్మి: సోక్రటీస్, నువ్వింక చాలు అనేదాకా నేను నీ దగ్గర మంత్రం నేర్చుకోవడం నాకు సమ్మతమే.

క్రిటి: నువ్వీ పని చేస్తే, సోక్రటీస్‌వల్ల మంత్రముగ్ధుడివై, చిన్న, పెద్ద విషయాలు వేటిలోనూ నువ్వు సోక్రటీస్‌ని విడువకపోతే, నీకు సంయమనం వుందని నాకు రుజువవుతుంది, చార్మిడెస్.

చార్మి: సోక్రటీస్‌ని అనుసరించే విషయంలో, ఆయన్ని విడిచివెళ్ళిపోకపోయే విషయంలో నువ్వు నాపై భరోసా కలిగివుండవచ్చు. నా సంరక్షకుడివైన నీ ఆదేశాన్ని నేను పాటించకపోవడం ఘోరమైన తప్పిదమే అవుతుంది. నీ ఆదేశాన్ని నేను శిరసా వహిస్తున్నాను.

చార్మి: మీకు అభ్యంతరం లేదు కదా?
సోక్ర: నాకు ఎలాంటి అభ్యంతరమూ లేదు, చార్మిడెస్.

ఇయాన్

ప్లేటో రచించిన ఈ చిన్న సంవాదంలో హోమర్ మహాకవి కావ్యాలను ఆయా ప్రత్యేక సందర్భాల్లో గానంచేసే ఇయాన్‌తో సోక్రటీస్ సంభాషిస్తాడు. గ్రీసు దేశం మొత్తంలోనే హోమర్ కవితలను తనంత రసవత్తరంగా, అర్థవంతంగా గానం చేసేవాడు. మరెవరూ లేరని అతిశయమూ, ఆత్మసంతృప్తి ప్రదర్శించే ఇయాన్ అమాయకత్వాన్ని - సోక్రటీస్ యిందులో సున్నితంగా, వ్యంగ్యాత్మకంగా విమర్శిస్తాడు. ఇయాన్ మాత్రం చివరిదాకా అమాయకంగా ఆత్మసంతృప్తితో, తన ఘనతపట్ల భ్రమలోనే వుండిపోతాడు.

ఇందులో కళని గురించి సోక్రటీస్ వ్యక్తం చేసే భావాలే ప్రధానాంశం. గ్రీకు కళలు అన్నింట్లోనూ భావోద్వేగాలూ, మేధస్సూ సమపాళ్ళలో, సమతూకంలో వుండేవి. అదే గ్రీకు కళ విశిష్టత. అయితే 'ఇయాన్'తో సోక్రటీస్ అలాంటి సమతూకం అసంభవం అంటాడు. కళ భావోద్వేగాలపైన ఆధారపడి ఉండదు అంటాడు. అది జ్ఞానాధారితం అంటాడు. ప్రతి ఒక్క కళా ఒకానొక ప్రత్యేక వృత్తిని తెలుసుకొనే శక్తిమీద ఆధారపడి వుంటుంది అంటాడు. వైద్య వృత్తి, శిల్పాకార వృత్తి ఇందుకు ఉదాహరణలు అంటాడు. కవిత్వం కళ కాదు అంటాడు. కళకి వర్తించే నిబంధనలు కవిత్వానికి వర్తించవు అంటాడు. కవిత్వానికి మార్గదర్శకమైనది, భావావేశమే గాని జ్ఞానంకాదని అంటాడు. కవులూ, ఇయాన్‌లాంటి వ్యాఖ్యాతలూ ఆవేశంలో కొట్టుకుపోయేవాళ్ళు, అయితే, కవి ఊహా విహారి, పవిత్రుడు, భావప్రేరితుడై తనని తాను విస్మరించినప్పుడుగాని అతను ఎన్నడూ కవిత రాయలేడు. హేతుజ్ఞానం లుప్తమైనప్పుడు మాత్రమే కవిత అల్లగలడు అంటాడు, సోక్రటీస్.

లాచెస్

ధైర్యం అంటే తమకి తెలుసునని అనుకొన్నప్పటికీ, దాన్ని గురించి నిజంగా సరిగా తెలియదన్నది, దాన్ని నిర్వచించడం అసాధ్యమన్నది ఈ సంవాద సారాంశం. ప్రముఖ సేవా నాయకులైన లాచెస్, నిసియస్‌లు ఈ సంవాదంలో సోక్రటీస్‌తో పాటు పాల్గొంటారు. సోక్రటీస్ కూడా యుద్ధరంగంలో అపూర్వమైన ధైర్యాన్ని ప్రదర్శించినవాడే. ధైర్యమంటే యేమిటో తెలియకుండా కేవలం ధైర్యంగా వ్యవహరించడం అజ్ఞానం, నాసి ప్రవర్తన. సత్ప్రవర్తన అంటే యేమిటో తెలియకుండా సత్ప్రవర్తన కలిగి వుండటానికి యేమంత ప్రాముఖ్యం వుండదు.

"అపరిశోధిత జీవితం – జీవించి సాఫల్యం లేదు." అందుకని పిల్లలతోబాటు, మన పెద్దలం కూడా తిరిగి, పాఠశాలకి పోయి పునర్విద్యావంతులం అవడం మంచిది. నా మటుకు నేను అలా చేసేందుకు సిద్ధం అంటాడు సోక్రటీస్ ఇందులో. ఈ సంవాదంలో లిసిమాకస్, మెలెసియస్‌లు మరో రెండు పాత్రలు.)

సోక్ర: లిసిమాకస్, నువ్వు మెజారిటీ అభిప్రాయాన్ని అంగీకరించబోతున్నావా?

లిసి: అంగీకరించక మరేం చెయ్యాలంటావు?

సోక్ర: శిక్షణ పొందినవాడి, నిపుణుడి సలహాని అనుసరిస్తావా, మనలో అధిక సంఖ్యాకుల సలహానా?

మెలె: నిపుణుడి సలహానే.

సోక్ర: అంటే, సరైన నిర్ణయాన్ని సంఖ్యమీద ఆధారపడి కాక, జ్ఞానంమీద ఆధారపడి తీసుకోవాలంటావు, అంతేనా?

మెలె: తప్పకుండాను.

సోక్ర: అంటే, సాధనాన్ని గురించికాక సాధింపబడవలసిన లక్ష్యం గురించి ఆలోచించాలన్నమాట.

నిసి: అవశ్యం.

సోక్ర: మెలెసియస్, లిసిమాకస్, మీ పిల్లలే మీ ఆస్తుల్లోకెల్ల మిక్కిలి విలువైన ఆస్తి. అంచేత, వాళ్ళని గురించి బాగా శ్రద్ధ తీసుకోవాలి.

మెలె: తప్పకుండా.

సోక్ర: మనలో ఎవరికైనా మీ పిల్లల ఆత్మలను మలిచే నైపుణ్యం వుంటే, వారు అలా చేయవచ్చు. నా మటుకు నేను ఈ కళలో ఎన్నడూ శిక్షణ పొందలేదు.

లాచెస్: ఏ గురువు దగ్గరా శిక్షణ పొందనివాళ్ళు కొన్ని విషయాల్లో శిక్షణ పొందినవాళ్ళకంటె నిపుణులై వుండటం నీకు తెలిసిందే కదా?

సోక్ర: ఔను.

లాచెస్: చేతలకీ మాటలకీ పొంతనలేని మనిషి అంటే నాకు కంపరం కలుగుతుంది. అలాంటివాడు మరింత నేర్పుగా మాట్లాడేకొద్దీ నాకు అతనంటే మరింత ఎక్కువ అసహ్యం కలుగుతుంది.

'అనేక విషయాలు నేర్చుకొంటూ ముసలివాడిని అవాలని కోరుకుంటాను' అంటాడు సోలోన్. ఆయన మాటలతో ఏకీభవిస్తూనే 'మంచి విషయాలను మాత్రమే' అని నేను జోడిస్తాను.

సోక్ర: సశస్త్రుడైన ఒక్క పదాతి సైనికుడి ధైర్యం గురించే కాక, ఆశ్విక, తదితర సైనికుల ధైర్యం గురించి, యుద్ధంలో ధైర్యం ప్రదర్శించిన వాళ్ళని గురించి మాత్రమేగాక, సముద్రయానంలో, రోగాలను, ధారిద్ర్య క్లేశాలను ఎదుర్కోవడంలో ధైర్యం ప్రదర్శించిన వాళ్ళని గురించి, రాజకీయాల్లో, బాధని లేక భయాలను ఎదుర్కోవడంలో, ఆశా వ్యామోహాలను అధిగమించడంలో ధైర్యం ప్రదర్శించే వాళ్ళను గురించి కూడా మనం చూడాలి. ఔనా లాచెస్?

లాచెస్: ఔను, సోక్రటీస్.

సోక్ర: పరుగులో వక్తృత్వంలో, యితర పనుల్లో శీఘ్ర గమనం స్వల్పకాలంలో అధికంగా సాధించే లక్షణం, ఔనా?

లాచెస్: నిస్సందేహంగా!

సోక్ర: అలాగే, ధైర్యం అనబడే ఆ ఉమ్మడి లక్షణం ఏమిటి?

లాచెస్: ఆత్మకి వున్న ఒక మాదిరి ఓర్మి శక్తి.

సోక్ర: లాచెస్, ధైర్యాన్ని నువ్వు మహోత్తమ లక్షణంగా పరిగణిస్తున్నావు, ఔనా?

లాచెస్: నిస్సందేహంగా.

సోక్ర: తెలివైన ఓర్పు కూడా మంచిదీ, ఉత్తమైనదీ కదా?

లాచెస్: చాలా ఉదాత్తమైనదీ.

సోక్ర: మరి మూర్ఖపు ఓర్మిని చెడ్డదనీ, హానికరమైనదనీ తలుస్తావు ఔనా?

లాచెస్: ఔను.

సోక్ర: అయితే వివేకవంతమైన ఓర్పు మాత్రమే ధైర్యం అంతేనా?

లాచెస్: అలాగే అనిపిస్తోంది.

నిసి: తెలివైనవాడు మంచివాడనీ, తెలివితక్కువవాడు చెడ్డవాడనీ నువ్వు అనడం నేను తరచు వింటున్నాను సోక్రటీస్.

సోక్ర: అది నిజమే, నిసియస్.

లాచెస్: ధైర్యం వేరు, వివేకం వేరు.

సోక్ర: నిసియస్ దీన్నే కాదంటాడు.

నిసి: మరణం కంటె జీవితం ఎప్పుడూ మెరుగైనదేనంటావా? ఈ రెండింట్లో మరణమే తరచు మెరుగు కాకూడదా?

లాచెస్: నా ఉద్దేశంలో అది నిజమే.

సోక్ర: నిసియస్ కేవలం మాట్లాడేందుకోసమే మాట్లాడ్డం లేదేమో?

నిసి: నాకు తోస్తున్నదాన్ని బట్టి నిర్భీకతకీ, ధైర్యానికీ మధ్య వ్యత్యాసం వుంది. ఆలోచనాపూర్వకమైన ధైర్య గుణం చాలా కొద్దిమందికే వుందనీ, ముందు చూపులేని తొందరపాటూ, నిర్భీకతా చాలామంది పురుషుల్లో, స్త్రీలలో, చాలామందీ పిల్లల్లో, చాలా జంతువుల్లో ఉందనీ నా ఉద్దేశం. నువ్వూ, ఇతరులు దరహం మీదా ధైర్యవంతమైనది అనేదాన్ని నేను దుస్సాహసికమైనది అంటాను. వివేకవంతమైన చర్యలే నా దృష్టిలో ధైర్యవంతమైన చర్యలు.

సోక్ర: మనం ఆదిలో ధైర్యాన్ని సద్గుణంలో ఒక భాగంగా పరిగణించిన సంగతి నీకు గుర్తుందా, నిసియస్?

నిసి: ఔను.

సోక్ర: న్యాయం, సహిష్ణుత వంటివి అన్నీ సద్గుణంలో భాగాలు అన్న మాటను నువ్వు అంగీకరిస్తావా?

నిసి: నిజమే.

సోక్ర: ఇతర విజ్ఞాన శాస్త్రాల మాదిరిగానే ధైర్యం భవిష్యత్తుకి సంబంధించిన మంచి చెడ్డలతో మాత్రమే సంబంధితమై వుండదు. వర్తమానానికీ, గతానికీ, ఏ కాలానికైనా సంబంధితమై వుంటుంది.

నిసి: ఔను, అది నిజమే.

లిసిమాకస్: సోక్రటీస్, మా కుర్రాళ్ళకి శిక్షణ యిచ్చి, మెరుగుపరచేందుకు అంగీకరిస్తావా?

సోక్ర: నీకు నేనొక చిన్న సలహా యిస్తాను. మిత్రులారా, ఆ యువకులకంటె ముందు మనం విద్యా శిక్షణలు పొందవలసిన అవసరం వుంది. ఈ వయస్సులో పాఠశాలకి వెళ్ళినందుకు ఎవరైనా నవ్వితే నవ్వేదరుగాక. హోమర్ 'ఒడిస్సీ' మహాకావ్యంలో అన్నట్లు, "అవసరార్థికి బిడియం పనికిరాదు." అందుకని, ఇతరులు ఏమనుకుంటారో అని కించపడకుండా, మన చదువు విషయం, యువకుల చదువు విషయమూ ఒకేసారి పట్టించుకుందాం.

లిసిమాకస్: సోక్రటీస్, నీ ప్రతిపాదన నాకు నచ్చింది. నేనే మనందర్లోకి వృద్ధుణ్ణి కనుక, పిల్లలతో బాటు స్కూలుకి వెళ్ళేందుకు నాకు అందరికంటె ఎక్కువ ఆత్రంగా వుంది. సోక్రటీస్, దయచేసి రేపు సూర్యోదయవేళ మా ఇంటికి రా. ఈ విషయాలను గురించి సలహా యిద్దాం. ప్రస్తుతానికి ఈ సంభాషణని, ఇంతటితో నిలిపేద్దాం.

సోక్ర: దేవుడు చల్లగా చూస్తే, రేపు నేను మీ యింటికి వస్తాను లిసిమాకస్.

రిపబ్లిక్

'రిపబ్లిక్' ప్లేటో సంవాదాల్లో కెల్లా అత్యంత ప్రసిద్ధమైన, మిక్కిలి గొప్ప సంవాదం. గ్లౌకన్, అడిమాంటస్ అనే ఇద్దరు యువకులతో జరిగిన సంభాషణ క్రమంలో, సోక్రటీస్ – అన్యాయపరుడుకాక న్యాయపరుడే సుఖవంతుడై వుంటాడు, అంటాడు. ఆ యువకులిద్దరూ ఈ విషయాన్ని రుజువు చేయమని సోక్రటీస్‌ని సవాలు చేస్తారు. అప్పుడు జరిగిన సంభాషణే ఈ సంవాదం.

నూటికి నూరుపాళ్ళూ న్యాయపరుడికీ నూటికి నూరుపాళ్ళు అన్యాయపరుడికీ ఆచరణలో ఏమి జరుగుతుందో వర్ణించి, తనకి చేతనైతే న్యాయపరుడికి ఎలా మేలు జరుగుతుందో నిరూపించమని గ్లౌకన్, అడిమాంటస్‌లు సవాలు చేస్తారు. అయితే, అన్యాయపరుడు తన అన్యాయాన్ని మరుగుపరచుకొనే అవకాశాన్ని కల్పించాలి అంటారు. దొరికితే దొంగ, దొరక్కపోతే దొర కదా అంటారు. అన్యాయపరుడు తన కృతనిశ్చయంద్వారా, అర్థబలంద్వారా, అంగబలంద్వారా కూడా తిమ్మిని బమ్మినిచేసి, మసిపూసి మారేడుకాయను చెయ్యగలడు అంటారు.

అప్పుడు ఉదాత్తుడూ, నిశ్చితాదర్శపరుడూ, మంచివాడుగా కనిపించడం కాక నిజంగా మంచివాడు అయిన న్యాయపరుణ్ణి ఆ అన్యాయపరుడి సరసన నిలపమంటారు. అతను మరీ అధికుడు కనుక అతను ప్రజాభిమానానికి దూరమవుతాడు. అతన్ని జనం ఎప్పుడూ సరిగా అర్థం చేసుకోరు అంటాడు. అతను ఎల్లప్పుడూ పరమ న్యాయంగా వ్యవహరిస్తాడు కనుక, అతన్ని ఎప్పుడూ జనం సరిగా అంచనా వేయలేరు. విధిగా అతను అనేక కష్టాలకు, కడగళ్ళకు గురి అవుతాడు. అత్యంత ప్రాయశః జైలుపాలవుతాడు, కొరడా దెబ్బలు తింటాడు, చిత్రహింసలకు గురి అవుతాడు, మరణశిక్షకి సైతం గురి అవుతాడు. చివరకి అతను తను న్యాయవంతుడిగా కనిపించాల్సిందేగాని, న్యాయవంతుడిగా ఎన్నడూ ఉండివుండాల్సింది కాదు అనుకుంటాడు. ఇందుకు భిన్నంగా, అన్యాయపరుడై వుండి, ఎన్నడూ అన్యాయపరుడిగా కనిపించని వ్యక్తి సర్వత్రా గౌరవింపబడతాడు. అన్యాయం గురించిన భ్రమలు అతనికి ఏమీ లేవుగనుక, వ్యాపారంలో నేమి, రాజకీయాల్లో నేమి అతనెప్పుడూ తనకి లాభసాటి అయిన పద్ధతిలోనే వ్యవహరించగలుగుతాడు అంటారు వాళ్ళిద్దరూ.

బహుశా మీరు పరలోకం మాటేమిటి అంటారేమో. అసలు పరలోకమంటూ ఏదీ లేదనుకోండి, అప్పుడో? ఒకవేళ పరలోకం వున్నా కూడా, మన పాపాల విషయంలో మనం పశ్చాత్తాపపడి, ప్రార్థనలుచేసి, క్షమించబడవచ్చు, వగైరా, వగైరా... చిట్టచివరకు చచ్చిపోయాక, అసలు ఏ శిక్షా పొందకనే పోవచ్చు. అయ్యా మేము చెప్పేది వాస్తవికమైన విషయం. న్యాయం మహోదాత్తమైనదనీ, అన్యాయం క్షుద్రమైనదనీ సమాధానం చెప్పడంతో మీరు సరిపెట్టుకోకండి. న్యాయాన్యాయాలు మనిషిమీద ఎలాంటి ప్రభావం కలిగి వుంటాయో, న్యాయం ఒక మనిషిని శుద్ధ మంచివాడిగా ఎలా చేస్తుందో అన్యాయం ఒక మనిషిని పరమ చెడ్డవాడిగా ఎలా చేస్తుందో మాకు తెలియచెప్పండి అని గ్లౌకన్, అడిమాంటస్‌లు సోక్రటీస్‌ని అడుగుతారు.

ఈ అవకాశాన్ని తనకి కల్పించినందుకు సోక్రటీస్ తన సంతోషాన్ని వ్యక్తం చేస్తాడు. ఇంతటి గంభీరాంశాన్ని పరిశీలించేటప్పుడు, ఇద్దరు వ్యక్తులపరంగా కాక, న్యాయాన్యాయాలను మరింత స్పష్టంగా చూడగలిగేందుకు వీలుగా మరింత పెద్ద అంశాన్ని తీసుకోవడం మంచిదని సోక్రటీస్ సూచిస్తాడు.

ఆ పెద్దదానిలో మరింత న్యాయం ప్రస్ఫుటం కావచ్చు అంటాడు. ముందు మనం రాజ్యాల్లో న్యాయలక్షణాన్ని పరిశీలిద్దాం, తర్వాతనే వ్యక్తిలో న్యాయాన్ని పరిశీలిద్దాం అంటాడు సోక్రటీస్. యువకులిద్దరూ అందుకు అంగీకరిస్తారు.

ఆ పరిశీలన పర్యవసానంగా తొలి ఊహాస్వర్గం (Utopia), మిక్కిలి గొప్ప ఊహాస్వర్గాల్లో ఒకటి రూపొందింది. ఆ ఆదర్శ రాజ్యం అనివార్యంగా అన్యాయం అమల్లోకి రాని చట్టాలచేత పాలింపబడుతుంది. యౌవనప్రాయంలో జాగ్రత్తగా ఎంపిక చేయబడి, దీర్ఘకాలంపాటు చక్కటి శిక్షణ పొంది, వివేకవంతులూ,

మంచివాళ్ళూ అయ్యే పురుషులచేతా, స్త్రీలచేతా అవి అమలు జరపబడతాయి. పాలకులు తత్త్వవేత్తలు అయినప్పుడుగాని, అంటే వాళ్ళు స్వయంగా దివ్యమైన లోపరహితమైన సద్భావాలచేత అకృష్టులైనప్పుడుగాని ప్రపంచ పాలన న్యాయంగా జరగదు. సద్భావమే న్యాయానికి మూలకందం, న్యాయమే మానవ లోపరాహిత్యానికి మూలకందం.

అయితే, రిపబ్లిక్ అన్నది సాధ్యమైనంత అత్యుత్తమ రాజ్యాన్ని నిర్మించడం మాత్రమే కాదు. అన్ని రాజ్యాలకీ – అదేదో చక్కటి పని అన్నట్లు, గాక, తప్పనిసరి అవసరమైన పని అన్నట్లుగా ప్రజల క్షేమం కోసం పాటుపడే అందరు అధికారులకీ ఒక ఆదర్శ నమూనాగా నిర్మించడం. రిపబ్లిక్ మానవ జీవితానికి ఒక ఆదర్శ ప్రమాణాన్ని సైతం నెలకొల్పుతుంది. ఒక రాజ్యాన్ని సక్రమంగా వ్యవస్థీకరించేందుకు మనుషుల ఆత్మలను సార్వత్రికమైన కాంతిని దర్శించగలిగే స్థాయికి పెంపొందించాలి. మారిపోయే ఈ ప్రపంచానికి వెలుపలవున్న సత్యాన్ని మానవులు అన్వేషించి, కనుగొనగలరు. న్యాయబద్ధమైన రాజ్యం అన్నది ఎన్నడూ అమల్లోకి రాకపోవచ్చుగాని, మానవుడు ఎప్పుడూ న్యాయంగా ఉండగలడు. కాగా న్యాయవంతులు మాత్రమే న్యాయమంటే ఏమిటో తెలుసుకోగలరు. ఇందుకు సోక్రటీసే ప్రత్యక్ష నిదర్శనం, సత్య సమ్మతంగా జీవించడం ద్వారా, సత్యంకోసం మరణించడం ద్వారా సోక్రటీస్ సత్యాన్ని ఆవిష్కరించాడు.

రిపబ్లిక్ సంవాదం చివర్లో, ఆదర్శ రాజ్య నిర్మాణం జరిగాక, అడిమాంటస్ యిలా అంటాడు: "ఇలాంటి రాజ్యం ఈ ప్రపంచంలో ఎక్కడా వుండజాలదని అనుకుంటాను."

అందుకు సోక్రటీస్ యిలా జవాబిస్తాడు: "ఇలాంటి ఆదర్శ రాజ్యానికి నమూనా బహుశా స్వర్గంలో వుండివుండవచ్చు. దాన్ని గురించి ఆలోచించకోరే వాళ్ళకి అది ద్యోతకం కావచ్చు. అయితే, అసలు విషయం యిది యిప్పుడు వుందా, లేక భవిష్యత్తులో ఎప్పుడైనా అమల్లోకి వస్తుందా అన్నది కాదు." మనిషి తన జీవితాన్ని ఆ నియమాలకు అనుగుణంగా తీర్చిదిద్దుకోవచ్చునన్నదే అసలు విషయం.

జీవిత సంధ్యా సమయం

కేసును విచారించిన మీదట జూరీ సభ్యులు సోక్రటీస్ నేరస్తుడని తీర్పు ఇచ్చారు. వాళ్ళలో కొందరికి సోక్రటీస్ గర్వం, తమ ముందు ఆయన ఏడ్చి, తమని వేడుకోకపోవడం చిరాకు కలిగించాయి. మరి కొందరికి అపోలో దేవుడే సోక్రటీస్‌ని మానవుల్లోకెల్ల మిక్కిలి వివేకవంతుడని పేర్కొన్నాడనడం, సోక్రటీస్‌కి ఏదో పైశాచిక అంతర్వాణి వినవస్తుందనడం నచ్చలేదు. వేరే కొందరికి ఆయన నిబ్బరం, పట్టుదల, తన న్యాయ ప్రవర్తనపట్ల ఆయన అచంచల విశ్వాసం రుచించలేదు. ప్లేటో కథనం ప్రకారం 221 వోట్లు సోక్రటీస్‌కి అనుకూలంగా పడగా, 280 వోట్లు ఆయనకు వ్యతిరేకంగా పడ్డాయి. మరొక్క 30 వోట్లు వచ్చివుంటే ఆయన మరణశిక్షనుంచి తప్పించుకునేవాడు.

తన ఆస్తి అంతా కలిపి 5 మినే కనుక తను ఒక్క మినా జరిమానా చెల్లిస్తానని చెప్పాడు సోక్రటీస్. (క్రిటోన్, క్రిటోబులస్, అపోలోడోరస్, ప్లేటోలు జూరర్లను మెత్తబరచేందుకుగాను 30 మినే చెల్లిస్తానని చెప్పేలా సోక్రటీస్‌చేత ఒప్పించ ప్రయత్నించారు. వాళ్ళు ఆ మొత్తాన్ని తాము చెల్లించేందుకు సంసిద్ధులయ్యారు.)

ఆ జరిమానాతో కోర్టు తృప్తి చెందలేదు. సోక్రటీస్ వ్యంగ్యంతో జూరర్లు కుపితులయ్యారు. రెండవసారి వోటింగు జరిగినప్పుడు మరో 80 మంది జూరర్లు సోక్రటీస్‌కి మరణదండన విధించేందుకు అనుకూలంగా వోటు వేశారు. అపోలోడోరస్ రోదిస్తూ "సోక్రటీస్, మీపై అన్యాయంగా మరణశిక్షను అమలుజరపడం నేను సహించలేను" అన్నాడు – "అయితే, న్యాయంగా నామీద మరణశిక్ష అమలు జరిగితే చూడగలవా?!" అని ప్రశ్నించాడు సోక్రటీస్! తుది తీర్పు ప్రకటించబడేలోగా సోక్రటీస్ వేదికపైకెక్కి ప్రసంగించ ప్రయత్నించాడు. కాని జూరీ సభ్యులు గట్టిగా అరచి, ఆయన మాట్లాడకుండా నిరోధించారు.

సోక్రటీస్ ప్రశాంతంగా వుండిపోయాడు. జూరీ సభ్యులు సోక్రటీస్‌పై మరణశిక్షను ఖాయపరచారు. ఆయన యిలా వ్యాఖ్యానించాడు: ప్రకృతి – అందరికి మాదిరిగానే నాకూ పుట్టుకతోనే చావుని రాసిపెట్టింది. పైపెచ్చు చావు ఒక వరం. ఎందుకంటే, అది నాకు ఎలాంటి సంవేదనలూ లేకుండా చేస్తుంది. నేను శూన్యంగా మారేందుకు అవకాశం కల్పిస్తుంది. ఒకవేళ ఎవరికైనా మరణానంతర జీవితంపైన విశ్వాసం వుంటే, మహా వివేకవంతుల్నీ, పురాతన వీరుల్నీ కలుసుకునేందుకు మరణం అవకాశం కల్పిస్తుంది. అన్నింటికంటే ముఖ్యంగా, నరకంలో సైతం నిజంగా వివేకవంతుల్నీ, తాము వివేకులమని తామే డబ్బా వాయించుకునే వాళ్ళనీ తను వేరుజేసి చూపేందుకు ప్రయత్నిస్తానని చెప్పాడు.

సోక్రటీస్ ఎథీనియన్ల తీర్పును ఔదలదాల్చాడు. తన ముగ్గురు కొడుకుల్నీ వాళ్ళ సంరక్షణకు వదిలాడు. తను తన తోటి పౌరుల్ని తీర్చిదిద్దినట్లే వాళ్ళని సన్మార్గగాముల్ని చేయమని కోరాడు. కోర్టును విడిచి వెళ్ళేముందు ఆయన ఇలా అన్నాడు. "ఇప్పుడింక వెళ్ళిపోయేందుకు సమయం ఆసన్నమైంది, నేను మరణించేందుకూ, మీరు జీవించేందుకూ. అయితే, మనలో ఎవరు మెరుగైనదానికి పోతామో ఆ భగవంతుడికే తెలియాలి."

కోర్టు ఆజ్ఞమేరకు సోక్రటీస్ జైల్లో పెట్టబడ్డాడు. అయితే, ఆయనపై విధింపబడ్డ మరణశిక్ష వెంటనే అమలుజరపబడలేదు.

అపోలో జన్మస్థానమైన డెలోస్ ద్వీపంనుంచి పవిత్ర ప్రతినిధి వర్గం తిరిగి వచ్చేదాకా సోక్రటీస్‌పైన మరణశిక్ష అమలుజరిపే వీల్లేకపోయింది. ఎథీనియన్ వీరుడైన థెసియస్ వర్ధంతికి పోయిన పవిత్ర ప్రతినిధి వర్గం ఆ దీవిలో వుండగా ఎవరిపైనైనా మరణశిక్షను అమలుజరపడం నిషిద్ధం. ఆ కారణంగా సోక్రటీస్ అనివార్య మరణం ఒక నెల రోజులపాటు వాయిదాపడింది. ఆ విరామంలో ఆయన మిత్రులు ఆయన్ని జైల్లో ప్రతిరోజూ కలిసేవారు. తాత్త్విక చర్చలు జరిపే పౌరుడు క్రిటోస్ ఆయన్ని ఏథెన్సునుంచి థెస్సలీకి పారిపోయేలా ఒప్పించేందుకు శతథా ప్రయత్నించాడు. ప్రసిద్ధ పైథాగరియన్ తత్త్వవేత్తలైన సిమ్మియస్, సెబెస్‌లు అవసరమైతే జైలు అధికార్లకు లంచం ఇచ్చి సోక్రటీస్ జైలునుంచి పారిపోయేందుకు సాయంచేయ సిద్ధపడ్డారు. సోక్రటీస్‌కి కోర్టులో జరిగిన అన్యాయాన్ని చూసి కలతచెందిన జైలు అధికార్లు సైతం కాపలా విషయంలో ఏమంత శ్రద్ధ చూపినట్లులేదు.

సోక్రటీస్ సన్నిహిత శిష్యులు ప్రతిరోజూ ఆయన్ని కలిసేవారు. వాళ్ళందరూ కోర్టు దగ్గరకూడి, జైలు తలుపు తెరవగానే, రోజంతా తమ గురువుతో సంభాషణలో గడిపేవారు. అంతలో ఆ మరుసటిరోజున డెలోస్‌నుంచి ఓడ వస్తున్నట్లు సమాచారం అందింది. తప్పించుకుపోయేందుకు సర్వం సిద్ధంగా ఉందనీ, ఏదో ఒకటి తేల్చిచెప్పమనీ సోక్రటీస్ క్రిటోస్‌ని ఒత్తిడి చేశాడు. సోక్రటీస్ పారిపోయేందుకు అంగీకరించలేదు. తన జన్మస్థానమైన, తను పెరిగి, విద్యాభ్యాసం చేసిన ఏథెన్సు నగరాన్ని తను యెలా వదలి పారిపోగలనని ప్రశ్నించాడు. చట్టాల సంగతి ఏమిటి? తను ఈ పిరికి చర్యకి అంగీకరిస్తే తనకి యెన్నడయినా నిష్కృతి ఉంటుందా? అన్నాడు. తను బోధించి, వివేకవంతుల్ని చేసినవాళ్ళు తనని గురించి ఏమనుకుంటారు? అన్నాడు. హుందాగా మృత్యువును యెదుర్కోవడం, తన నగరం తనకి చేసిన చెడుగును భరించడమే మేలన్నాడు. చట్టాలను, ఆచారాలను ఎవరూ అతిక్రమించకూడదు, చెడుకి చెడుగుతో బదులు తీర్చుకోరాదు, అన్నాడు. ఏథెన్సుకి పవిత్ర ప్రతినిధి వర్గంతో ఓడ పునరాగమనం కోసం నిరీక్షించసాగాడు (Crito).

ఆ మరుసటిరోజు ఓడ తిరిగివచ్చింది. సోక్రటీస్ మిత్రులు ఆయనతో తమ అంతిమ సమావేశాన్ని పొడిగించేందుకుగాను జైలుకి పెందరాళే చేరుకున్నారు (Phaedo). ఫీడో, అపోలోడోరస్, క్రిటోబులస్, అతని తండ్రి, హెర్మోజెనెస్, ఎప్చినెస్,

ఆంటిస్థెనెస్, మెనెక్సెనస్, ఎపిజైనెస్, స్టెస్సిపస్‌లు జైల్లో సమావేశమయ్యారు. క్లొంబ్రోటస్, అరిస్టిపస్‌లు ఎజీనా దీవిలో ఉండిపోయారు. బహుశా ఆ ఘటనల ఉద్వేగంతో ప్లేటో అస్వస్థుడయ్యాడు. కాని సిమ్మియస్, సెబెస్‌లు థేబ్స్‌నుంచీ, యూక్లిడెస్, టర్ప్షియోన్‌లు మెగారా నుంచీ వచ్చారు. మరో ఫీడో కూడా వచ్చాడు.

పదకొండుమంది "అర్చన్లు" (జైలు వార్డెన్లు) శిక్ష అదే రోజున అమలుజరగాలని ఆదేశించారు. జైల్లో ఉన్నన్ని రోజులూ సోక్రటీస్‌కి వేసిన బేడీలు ఆరోజున తొలగించారు. ఆయన పక్కమీద హుషారుగా తన పాదాలను మర్ధనా చేసుకొంటూ కూర్చున్నాడు. ఆయన బార్య క్సాంతిపె, తన చిన్న కొడుకును ఎత్తుకొని, శోకన్నాలు పెట్టనారంభించింది. ఆమెను యింటికి తీసుకుపోవలసిందిగా సోక్రటీస్ క్రిటోస్‌ని కోరాడు.

సోక్రటీస్ తన మిత్రులతో సంభాషణ క్రమంలో ఆత్మ అమరత్వం గురించీ పునర్జన్మ గురించీ చెప్పాడు. భూమ్యాకాశాలు తనకి యెంత అందంగా కనిపిస్తున్నాయో చెప్పాడు. విషపానం చేసి తను మరణించాక పరమానంద నిలయమైన స్వర్గాన్ని తను చేరుకుంటానన్నాడు. స్నానాగారంలో స్నానం ముగించుకొని వచ్చి తన పిల్లలకీ, బంధువులకీ వీడ్కోలు చెప్పాడు. వాళ్ళని యింటికి తీసుకువెళ్ళవలసిందిగా కోరాడు. పదకొండు మంది అర్చన్లు (జైలు వార్డెన్లు) సోక్రటీస్ విషపానానికి సమయమైందని చెప్పి, ఒక సేవకుణ్ణి విషపాత్ర కోసం లోనికి పంపారు.

శిష్యులు తమ గురువు చుట్టూ గుమికూడారు. సోక్రటీస్ వారిలో ఒకరిని తన దగ్గరకు చేరబిలిచి, అతని జుట్టు నిమురుతూ చావు బ్రతుకుల గురించీ, ఆత్మ అవినాశత్వం గురించీ వివరించాడు. మరణం అన్నది శాశ్వత నిద్ర - వేధింపులేని, న్యాయవిచారణలేని, నిరాశలులేని, బాధలు, రోదనలులేని మధురమైన అమర విస్మృతి - లేక భూమి నుంచి స్వర్గానికి మనం తరలివెళ్ళే సింహద్వారం, భగవత్సాన్నిధ్యానికి కొనిపోయే బాట. "నా మిత్రులారా, అక్కడ తన అభిప్రాయాల కోసం ఎవరూ ఎన్నడూ మృత్యువు కోరలకి చిక్కరు... అందుకని హుషారుగా ఉండండి. నేను చనిపోయినందుకు రోదించకండి... మీరు నన్ను సమాధి చేసినప్పుడు నా శరీరాన్నేగాని నా ఆత్మని సమాధి చెయ్యడం లేదని చెప్పండి" అని ఉద్బోధించాడు.

"మిగిలిన మేమెవ్వరం మా కన్నీళ్ళని ఆపుకోలేకపోయాం. మా కన్నీళ్ళు ధారగా కారసాగాయి... సోక్రటీస్ ఒక్కడే ప్రశాంతంగా ఉండిపోయాడు." "ఏమిటీ అవకతవక, సరిగ్గా యిలాంటి ఘట్టాన్ని నివారించేందుకే నేను ఆడాళ్ళని పంపేశాను... మీరు నిశ్శబ్దంగా వుండండి. నన్ను ప్రశాంతంగా కన్ను ముయ్యనివ్వండి" అన్నాడు సోక్రటీస్.

శిష్యులు ఆ మాటలు వినగానే సిగ్గుపడి, తమ కన్నీళ్ళను నిలవరించు కున్నారు.

అంతిమ ఘడియలు

ప్లేటో "PHAEDO" అనే తన మహత్తర గ్రంథంలో సోక్రటీస్ జీవితంలోని తుది ఘడియలను యిలా అభివర్ణించాడు: "ఆయన లేచి, మమ్మల్ని అక్కడే ఉండమని ఆదేశించి, క్రిటోతో బాటు స్నాన గృహానికి వెళ్ళాడు. మేము మా దుఃఖాతిరేకం గురించి ఆలోచిస్తూ అక్కడ నిరీక్షించాం... పితృ సమానుడైన సోక్రటీస్‌తో మాకు శాశ్వతమైన ఎడబాటు సంభవించబోతోంది. మేము మా శేష జీవితాలు అనాథలుగా గడపవలసి వుంటుందనిపించింది... ఆయన స్నానాగారంలో చాలాసేపు ఉన్నాడు. సూర్యాస్తమయవేళ దగ్గరపడుతోంది. ఆయన తిరిగివచ్చి, మళ్ళీ మా దగ్గర కూర్చున్నాడు... అయితే, అంత ఎక్కువగా యేమీ మాట్లాడలేదు. త్వరలోనే జైలరు వచ్చి, ఆయన పక్కన నిలబడి యిలా చెప్పసాగాడు. "సోక్రటీస్‌గారు యిక్కడికి వచ్చిన వాళ్ళలోకెల్ల మీరు మహోదాత్తులనీ, అత్యుత్తములనీ, మిక్కిలి నెమ్మదస్తులనీ నాకు తెలుసు. అధికారుల ఆజ్ఞమేరకు నేను విషం యిచ్చి తాగమన్నప్పుడు యితర ఖైదీలు నాపైన కోపగించుకుంటారు, మండిపడతారు, శాపనార్థాలు పెడతారు. నాపట్ల మీకు అలాంటి కోపభావాలు ఉన్నాయని అనుకోను. ఎందుకంటే, ఇందుకు నేనుకాక యితరులు బాధ్యులని మీకు తెలుసు. అందుకని, మీకు నా వీడ్కోలు చెప్పనివ్వండి. జరిగి తీరవలసినదాన్ని మీరు తేలిగ్గా తీసుకోండి. మీకు తెలుసుకదా నా బాధ్యత ఏమిటో" అంటూ అతను కన్నీరు మున్నీరుగా దుఃఖిస్తూ ముఖం తిప్పేసుకొని బయటకు వెళ్ళిపోయాడు.

సోక్రటీస్ అతనివైపుచూసి, యిలా అన్నాడు: "మీ శుభకామనలకు నా కృతజ్ఞతలు. మీ ఆదేశాలు పాటిస్తాను." తర్వాత మా వంక తిరిగి యిలా అన్నాడు: "ఈయన ఎంత ఉత్తముడో. నేను జైలుకి వచ్చినప్పటి నుంచి ఈయన రోజూ నన్ను చూసేందుకు వచ్చేవాడు... చూడండి, యిప్పుడు నా కోసం ఎలా కన్నీరు కారుస్తున్నాడో. కాని, మనం ఆయన చెప్పినట్లు చెయ్యాలి క్రిటో. విషం సిద్ధమైతే తీసుకు రమ్మనండి; సిద్ధం కాకపోతే తయారు చెయ్యమనండి."

అప్పుడు క్రిటో యిలా అన్నాడు: "సూర్యుడింకా కొండలమీదే వున్నాడు. శిక్షకు గురైన ఖైదీలు చాలామంది ఇష్టమైన భోజన సదుపాయాలు సేవించి, దైహికమైన ఇతర కోర్కెలు తీర్చుకున్నమీదట విషపానం చేస్తారట. అందుకని మీరు తొందరపడ నవసరంలేదు, ఇంకా వ్యవధి వుంది."

సోక్రటీస్ యిలా బదులు చెప్పాడు: "క్రిటో, నువ్వు పేర్కొన్నవాళ్ళు భోజన పానీయాదులద్వారా జాగుచేయడం వల్ల తమకేదో జరుగుతుందని అనుకొని

ఉంటారు. కాని కొంచెం ఆలస్యంగా విషం సేవించడంవల్ల నాకేదో జరుగుతుందని నేను అనుకోవడం లేదు. ఇప్పటికే ముగిసిన జీవితాన్ని కాపాడుకోవాలని తాపత్రయపడటం నా దృష్టిలో హాస్యాస్పదమైన విషయం. అందుకని దయచేసి నేను చెప్పినట్లు చెయ్యి, అభ్యంతరం చెప్పకు."

ఆ మాటలు విన్న క్రిటో సేవకుడికి సైగ చేశాడు. సేవకుడు లోపలికిపోయి, కొంతసేపు అక్కడ వుండి, తర్వాత విష పాత్రికను చేతబూనిన జైలరుతో తిరిగి వచ్చాడు.

సోక్రటీస్ జైలరుతో ఇలా అన్నాడు: "ఓ నా ప్రియ మిత్రమా, ఈ వ్యవహారాల్లో మీరు అనుభవజ్ఞులు. ఇప్పుడిక నేను చేయవలసింది యేమిటో మీరు నాకు సూచనలు యివ్వండి."

జైలరు యిలా సమాధానం యిచ్చాడు. "మీ కాళ్ళు బరువెక్కేదాకా మీరు పచార్లు చేసి, పడుకోవాలి. అప్పుడిక విషం పనిచేస్తుంది." అలా చెప్తూనే జైలరు సోక్రటీసుకి విష పాత్రికను అందజేశాడు. సోక్రటీస్ సాయిలా పాయిలాగా, నెమ్మదిగా, ఎలాంటి భయమూ లేకుండా, ముఖ వర్చసులోగాని, కవళికల్లోగాని, ఎలాంటి మార్పూ లేకుండా జైలరు కళ్ళలోకి తన అలవాటు ప్రకారం సూటిగా చూస్తూ, విషపాత్రికను చేతిలోకి తీసుకొని "ఏ దేవుడికైనా ఈ పానీయంలో కొంత నైవేద్యం పెట్టవచ్చునా?" అని జైలర్ని ప్రశ్నించాడు.

"సోక్రటీస్, మామూలుగా మనిషికి సరిపోయేంత ప్రమాణంలోనే విషం తయారు చేస్తాం" అన్నాడు జైలరు.

"అయితే సరే, అయినా, ఈ లోకం నుంచి పరలోకానికి నా ప్రయాణం సజావుగా సాగించాలని దేవుళ్ళని ప్రార్థించవచ్చు, ప్రార్థించాలికదా. నా ఈ ప్రార్థనను వారు మన్నించాలని కోరుకుంటున్నాను" అంటూ సోక్రటీస్ అలవోకగా విష పాత్రికను తన పెదవులకు ఆనించి, హుషారుగా విషం తాగేశాడు.

అప్పటిదాకా మాలో చాలా మందిమి మా దుఃఖాన్ని ఉగ్గబట్టుకోగలిగాం; కాని, ఆయన విషపానం పూర్తవడం చూసిన మీదట మేమింక మా దుఃఖం భరించలేకపోయాం. నాకు తెలియకుండానే నా కళ్ళ వెంట ధారాపాతంగా కన్నీళ్ళు కారసాగాయి. నా ముఖం చేతులతో కప్పుకొని, నాలో నేను రోదించసాగాను. నేను ఆయన కోసం కంటె అలాంటి సహచరుణ్ణి కోల్పోయినమీదట నా బతుకు ఎలా సాగుతుందా అన్న భావంతో కుమిలిపోయాను. అలా విలపించింది నే నొక్కణ్ణే కాదు. తనింక తన కన్నీళ్ళను ఆపుకోలేనని గ్రహించిన క్రిటో లేచి, పక్కకి పోసాగాడు. నేను అతన్ని అనుసరించాను. అంతసేపూ ఏడుస్తూ వున్న అపోలో డోరస్ అంతలో బారుమంటూ బిగ్గరగా రోదించసాగాడు. దానితో మేమందరం మరింత బెంబేలెత్తిపోయాం. సోక్రటీస్ ఒక్కడే ప్రశాంతంగా ఉండిపోయాడు. ఆయన మమ్మల్ని యిలా మందలించాడు: "ఏమిటి మీరు చేస్తున్న పని? ఈ శోకన్నాలు ఏమిటి? మనిషి ప్రశాంతంగా మరణించాలట, ముఖ్యంగా ఆడవాళ్ళు యిలా శోకన్నాలు

పెడతారనే, వాళ్ళని యింటికి పంపేశాను. మీరు శాంతంగా, ధైర్యంగా వుండండి." ఆ మాటలు విన్న మేము సిగ్గుపడి, మా కన్నీళ్ళను అదుపుచేసుకున్నాం. తన కాళ్ళు మొద్దుబారేదాకా ఆయన అటూ యిటూ నడిచి, తర్వాత జైలరు సూచనల మేరకు వెల్లకిల పడుకున్నాడు. ఆయనకి విషం అందించిన వ్యక్తి మధ్య మధ్య వచ్చి ఆయన పాదాలనూ, కాళ్ళనూ పరిశీలిస్తూ వచ్చాడు. తర్వాత ఆయన పాదాన్ని నొక్కి స్పర్శ తెలుస్తోందా అని ప్రశ్నించాడు. ఆయన "లేదు" అన్నాడు. తర్వాత ఆయన కాలిని, ఆ తర్వాత యింకా పైపైకి అదిమాడు. దానితో ఆయన శరీరం చల్లబడినట్లు, కట్టెబారినట్లు మాకు బోధపడింది. అప్పుడు సోక్రటీస్ స్వయంగా తన కాళ్ళను నొక్కి చూసుకొని, "విషం గుండెని చేరుకోవడంతో, అంతా ముగిసిపోతుంది" అన్నాడు. గజ్జల దగ్గర చల్లబడటం, మొద్దుబారడం ఆయనకి అనుభూతమైంది. అప్పుడిక ఆయన ముఖంపై కప్పుకొన్న వస్త్రాన్ని తొలగించి "క్రిటో! ఆస్క్లేపియస్‌కి నేనొక కోడిపుంజు బాకీ వున్నాను; నువ్వు గుర్తుంచుకొని ఆ బాకీ తీర్చేస్తావు కదూ?" అన్నాడు. అవే ఆయన తుది పలుకులయ్యాయి. "ఆ బాకీ తప్పకుండా తీరుస్తాను. ఇంకేమైనా వుందా?" అని ప్రశ్నించాడు క్రిటో. ఈ ప్రశ్నకి యింక ఏ సమాధానమూ రాలేదు. ఒకటి రెండు నిముషాల్లో గతుక్కుమన్న కదలిక వినవచ్చింది. సేవకుడు సోక్రటీస్ ముఖంపై గల వస్త్రం తొలగించాడు. ఆయనకి మిడిగుడ్లు పడ్డాయి. నోరు తెరుచుకుంది. క్రిటో ఆయన కళ్ళని, నోటిని మూశాడు.

మానవుల్లోకెల్ల అత్యంత వివేకవంతుడు, మిక్కిలి నిజాయితీపరుడు, అత్యుత్తముడు అయిన మా మిత్రుడు అలా అస్తమించాడు (PHAEDO).

సోక్రటీస్ తాత్త్విక వారసులు ప్లేటో, అరిస్టాటిల్

ప్లేటో, (క్రీ.పూ. 427-347)

సోక్రటీస్ ప్రధాన శిష్యుడూ, సోక్రటీస్ జీవిత ఘట్టాలనూ తాత్త్విక భావాలనూ అత్యంత కళాత్మకంగా సంవాదాల రూపంలో రచించిన ప్లేటో ప్రాచీన గ్రీసుకి చెందిన ఒక గొప్ప తత్త్వవేత్త, బోధకుడు. పాశ్చాత్య సంస్కృతి చరిత్రలో మిక్కిలి గొప్ప చింతనాపరుల్లో, రచయితల్లో ప్లేటో ఒకడు.

జీవితం

ప్లేటో ఏథెన్సులో జన్మించాడు. ఆయన కుటుంబం ఏథెన్సు నగరంలోని అత్యంత పురాతన, విఖ్యాత కుటుంబాల్లో ఒకటి. ఆయన తల్లి పెరిక్లోన్ ఏథెన్సుకి చెందిన గొప్ప శాసనకర్త సొలోన్‌కి బంధువు. ప్లేటో బాల్యంలోనే అతని తండ్రి అరిస్టోన్ మరణించాడు. భర్త మరణానంతరం పెరిక్లోన్ తన మేనమామ పిరిలాంపెస్‌ని పెళ్ళి చేసుకొంది. ప్లేటో అతని యింట్లోనే పెరిగాడు. పిరిలాంపెస్ రాజనీతిజ్ఞుడైన పెరిక్లిస్‌కి సన్నిహిత మిత్రుడు, సమర్థకుడు. క్రీ.పూ. 400ల మధ్యలో ఏథెన్సుకి ప్రతిభావంతంగా నాయకత్వం వహించిన వ్యక్తి పెరిక్లిస్.

ప్లేటో అన్నది వాడుక పేరు. ఆ మాటకి విశాల భుజస్కంధుడని అర్థం. ప్లేటో అసలు పేరు అరిస్టోక్లిస్.

తన యౌవనంలో ప్లేటో రాజకీయవేత్త అవాలని వాంఛించాడు. క్రీ.పూ. 404 లో ధనవంతులు కొందరు ఏథెన్సులో నియంతలుగా స్థిరపడ్డారు. వారిలో ప్లేటో భ్రాత్రీయుడైన క్రిటియస్, పినతండ్రి చార్మిడెస్‌లు కూడా ఉన్నారు. వాళ్ళు ప్లేటోని కూడా తమలో చేరమని ఆహ్వానించారు. కాని వాళ్ళ క్రూర, నీతి బాహ్య ప్రవర్తనని చూచి చిరాకు చెందిన ప్లేటో వాళ్ళతో చేతులు కలిపేందుకు నిరాకరించాడు. క్రీ.పూ. 403 లో ఏథెన్సు వాసులు ఆ నియంతలను కూలదోసి, ప్రజాస్వామ్యాన్ని నెలకొల్పారు. ప్లేటో రాజకీయాల్లో ప్రవేశించాలని మరోసారి ఆలోచించాడు. కాని, ఆయన గురువు, మిత్రుడు, ప్రముఖ తత్త్వవేత్త అయిన సోక్రటీస్‌పై నేరం ఆరోపించి, విచారణ జరిపి క్రీ. పూ. 399లో ఆయనకు మరణశిక్ష విధించినమీదట, ప్లేటో

రాజకీయ రంగ ప్రవేశాన్ని విరమించుకున్నాడు. రాజకీయాలపట్ల తనకి గల భ్రమలు పటాపంచలవడంతో, ప్లేటో ఏథెన్సును విడిచి పెట్టి, కొన్ని ఏళ్ళపాటు విస్తృతంగా పర్యటించాడు.

క్రీ. పూ. 387లో ప్లేటో ఏథెన్సుకి తిరిగివచ్చి ఒక తత్త్వ, విజ్ఞాన శాస్త్రాల పాఠశాలను స్థాపించాడు. అది 'అకాడెమీ' పేరిట ప్రసిద్ధి చెందింది. ఆ పాఠశాల ఒక తోటమధ్య వుండేది. జనశ్రుతి ప్రకారం, ఆ తోట ఒకానొకప్పుడు అకాడెమస్ అనే వ్యక్తికి చెందినందున ఆ పాఠశాలకి అతని పేరిట అకాడెమీ అనే పేరు వచ్చింది. కొందరు పండితులు ఆ అకాడెమీని తొలి విశ్వవిద్యాలయంగా పరిగణించారు. అకాడెమీలో ఖగోళ విజ్ఞానశాస్త్రం, జీవశాస్త్రాలు, గణితశాస్త్రం, రాజకీయశాస్త్రం అధ్యయనం చేయబడేవి. క్రీ.పూ. 360లో ఇటలీలోని సిరక్యూచ్‌కి వెళ్ళిన రెండు పర్యాయాలు తప్ప ప్లేటో తన జీవితాంతం ఆ అకాడెమీకి ఆధ్వర్యం వహించాడు. ఆయన శిష్యుల్లోకెల్ల అత్యంత గణనీయుడు సుప్రసిద్ధ గ్రీకు తత్త్వవేత్త అరిస్టాటిల్.

ప్లేటో రచనలు

ప్లేటో - సంవాదం అనే సాహిత్య రూపంలో తన రచనలు చేశాడు. సంవాదం అన్నది ఇద్దరి మధ్య లేక అంతకంటె ఎక్కువ మంది మధ్య జరిగే సంభాషణ. ప్లేటో సంవాదాలు వాస్తవానికి నాటకాలు. వాటిలో ప్రధానంగా తాత్త్విక భావాల ప్రతిపాదన, విమర్శ, వివాదాలు ఉంటాయి. ప్లేటో సంవాదాల్లోని పాత్రలు తాత్త్విక సమస్యలపై చర్చలు సాగిస్తాయి. ఆ పాత్రలు తరచు ఏదైనా ఒక సమస్యను తీసుకొని, పరస్పర ప్రతికూల పక్షాలు వహించి చర్చలు సాగించేవి. తన పాత్రల వ్యక్తిత్వాల, దృక్పథాల పరస్పర ప్రతివర్తనద్వారా ప్లేటో నాటకీయ లక్షణాన్ని సాధించేవాడు. చాల మంది పండితులు ప్లేటోని గ్రీకు భాషలో; ఆ మాటకి వస్తే ఏ భాషలోనైనా మిక్కిలి గొప్ప వచన రచయితగా పరిగణిస్తారు.

ప్లేటో రచించిన సంవాదాల్లో బాగా ప్రసిద్ధిచెందిన వాటిలో యివి కొన్ని: The Apology (ఆత్మ సమర్థన), క్రాటిలస్, క్రిటో, యూతిఫ్రో గోర్జియస్, చట్టాలు (The Laws), మెనో, పర్మెనైడిస్, ఫీడో, ఫీడ్రస్, ప్రోటగోరస్, రిపబ్లిక్, సోఫిస్ట్, సింపోజియం, థియాటిటస్ (Theatetus), టిమేయస్ (Timaeus), ప్లేటో సంపూర్ణ రచనలు 36 సంపుటాల్లో వెలువడ్డాయి. వాటిలో 35 సంవాదాలు కాగా, ఒకటి లేఖావళి.

తొలి సంవాదాలు

తొలి సంవాదాల్లో సోక్రటీస్ ప్రాబల్యం కనిపిస్తుంది. వీటన్నింటిలో సోక్రటీస్ ప్రధాన పాత్రగా వుంటాడు. వీటిలో 'చార్మిడెస్', 'యూతిఫ్రో', 'ఇయాన్', 'లాచెస్'లు

ముఖ్యమైనవి. ఈ సంవాదాల్లో సోక్రటీస్ తనకి తెలియనివని చెప్పే అంశాలపై ఆ విషయాలు తమకు తెలిసినవని లేక వాటిని తాము అర్థం చేసుకున్నామని పోజు కొట్టే వ్యక్తులను ప్రశ్నిస్తాడు. తమకి తెలుసునని పోజుకొట్టే ఆ వ్యక్తులకు ఆయా విషయాలు తెలియవని తన ప్రశ్నలద్వారా సోక్రటీస్ నిరూపిస్తాడు. సోక్రటీస్ ఆ ప్రశ్నలకి సమాధానాలు చెప్పడు. ఇతర పాత్రలు సూచించే సమాధానాలు అరకొర అయినవని సోక్రటీస్ చూపిస్తాడు. అంతమాత్రమే. ఈ 'సోక్రటిక్ సంవాదాలు' అనబడేవి; వాస్తవంలో సోక్రటీస్ తాత్త్విక శైలీ, అభిప్రాయాలేనని పలువురు పండితులు అభిప్రాయపడ్డారు.

మలి సంవాదాలు

ప్లేటో తన మలి సంవాదాల్లో సోక్రటీస్ పాత్రని కేవలం తన ప్రయోక్తగా మాత్రమే వాడుకున్నాడు. 'రిపబ్లిక్', 'సోఫిస్టు', 'థియాటిటస్' వంటివి యిలాంటి సంవాదాలు. ప్లేటో తన ఈ రచనల్లో యితరుల అభిప్రాయలను విమర్శించి, సంశ్లిష్ట తాత్త్విక సిద్ధాంతాలను ప్రతిపాదించాడు. ఈ సిద్ధాంతాలు సోక్రటీస్‌కి కాక, ప్లేటోకే చెందుతాయి. కాగా, తొలి సంవాదాలకు భిన్నంగా ఈ మలి సంవాదాలు ఆయా ప్రశ్నలకి మరింత కచ్చితమైన, పూర్తి సమాధానాలను సమకూరుస్తాయి. అయితే, వీటిలో తొలి సంవాదాల్లోని నాటకీయ, సాహితీ లక్షణాల్లో చాలామటుకు లోపించాయి.

ప్లేటో తత్త్వం

"రూపాల సిద్ధాంతం" ప్లేటో తన సంవాదాల్లో చాలా వాటిలో తాత్త్వికంగా ముఖ్యమైన ఏదో ఒక అభిప్రాయాన్ని నిర్వచించడంద్వారా, దాని స్వభావ, సారాంశాలను గుర్తించేందుకు ప్రయత్నించాడు. 'యూతిఫ్రో' అనే సంవాదంలో 'పావిత్ర్యం' అంటే యేమిటి అనే సమస్య చుట్టూ చర్చా, వాదనలూ సాగుతాయి. 'రిపబ్లిక్' అనే సంవాదంలో 'న్యాయం అంటే ఏమిటి?' అనేది కేంద్ర సమస్య. 'థియేటిటస్'లో జ్ఞానాన్ని నిర్వచించే ప్రయత్నం జరిగింది. 'చార్మిడెస్'లో మితవర్తనం, 'లాచెస్'లో ధైర్యసాహసాలు చర్చింపబడ్డాయి. 'పావిత్ర్యం' వంటి భావనలను నిర్వచించడం వాటికి సంబంధించిన ఉదాహరణలను యివ్వడం ద్వారా మాత్రమే సాధ్యమనడాన్ని ప్లేటో నిరాకరించాడు. ఆ భావనకు సంబంధించిన అన్ని సందర్భాలకూ వర్తించే, ఉమ్మడి నిర్వచనం అవసరమని ప్లేటో భావించాడు.

పలు భిన్న విషయాలకు మనం వర్తింపజేయగల ఏక పదం లేక భావనపట్ల ప్లేటో ఆసక్తి చూపాడు. ఉదాహరణకి, వివిధ వస్తువులకి యేదో ఉమ్మడి అంశం ఉన్న కారణంగానే వాటిని ఏక పదంతో వ్యవహరించడం సాధ్యమవుతోందని ప్లేటో చెప్తాడు. ప్లేటో ఈ ఉమ్మడి అంశాన్ని ఆ వస్తువు 'రూపం' లేక 'భావం' అన్నాడు.

ప్లేటో అభిప్రాయం ప్రకారం, ఏ విడి వస్తువు నిజస్వభావమైనా, అది యే రూపంలో వుంటుందో ఆ రూపం మీద ఆధారపడి వుంటుంది. ఉదాహరణకి, ఒకానొక వస్తువు త్రిభుజరూపంలో వుంటుంది కనుక, అది త్రిభుజం. ప్రత్యేకమైన ఒక టేబిలు అలా వుండటమే వుండేందుకు అది టేబిలు రూపంలో కారణం.

మనం మన చుట్టూ చూసే సామాన్య వస్తువులనుంచి రూపాలు విశేషంగా విభేదిస్తాయని ప్లేటో వక్కాణించాడు. సామాన్య వస్తువులు మారుతాయిగాని, వాటి రూపాలు మారవు. ఒకానొక ప్రత్యేక త్రిభుజాన్ని పరిమాణంలో లేక ఆకారంలో మార్చవచ్చు, కాని దాని త్రిభుజాత్మకతను మార్చడం ఎన్నడూ సాధ్యం కాదు. అంతేకాదు, విడి వస్తువులు తమ రూపాలను కేవలం అందాజుగా మాత్రమే చేరుకుంటాయి. ఆ రూపాలు అందరాని నిర్దుష్ట నమూనాలుగా వుండిపోతాయి. గుండ్రటి వస్తువులు ఎన్నడూ నిర్దుష్ట వర్తులంగా ఉండవు. అందమైన వస్తువులు ఎన్నడూ పరిపూర్ణంగా అందంగా వుండవు. నిర్దుష్ట వర్తులంగా వుండే ఏకైక వస్తువు వర్తులత్వ రూపం మాత్రమే.

రూపాల స్థలంలోగాని, కాలంలోగాని ఉండవు. రూపాలను తెలుసుకోవడం మేధస్సు ద్వారానేగాని, జ్ఞానేంద్రియాలద్వారా సాధ్యంకాదు. జ్ఞానేంద్రియాలద్వారా మనం చూసే వస్తువులకన్న రూపాలు, వాటికి గల స్థిరత్వ సంపూర్ణత్వాల మూలంగా అధికతర వాస్తవికతలను కలిగివుంటాయి. కాగా, వాస్తవ జ్ఞానం రూపాల జ్ఞానమే. ప్లేటో తత్త్వశాస్త్రపు ఈ కేంద్ర సిద్ధాంతాలను 'రూపాల సిద్ధాంతం లేక భావాల సిద్ధాంతం' అంటారు.

నీతి నియమాలు

సమస్త మానవులూ సుఖాన్ని వాంఛిస్తారన్న ప్రతిపాదనను ప్లేటో తన నైతిక సిద్ధాంతానికి మూలాధారం చేసుకున్నాడు. మనుషులు కొన్ని సమయాల్లో సుఖాన్ని కలిగించని పద్ధతుల్లో వ్యవహరిస్తారన్న మాట నిజమే. అయితే, వాళ్ళు అలా ఎందుకు చేస్తారు? ఏ చేతలు సుఖాన్ని కలిగిస్తాయో వాళ్ళకి తెలియకపోవడం మాత్రమే ఇందుకు కారణం. ఆత్మ స్వస్థ స్థితిలో వున్నదాని సహజ పర్యవసానమే సుఖం అని సైతం ప్లేటో వాదించాడు. నైతిక సచ్ఛీలం ఆత్మకి స్వాస్థ్యాన్ని చేకూరుస్తుంది కనుక, మనుషులందరూ తాము సచ్ఛీలురుగా ఉండాలని కోరుకోవాలి. మనుషులు కొన్ని సందర్భాల్లో సచ్ఛీలురుగా ఉండేందుకు ప్రయత్నించరు. అయితే, సచ్ఛీలం సుఖాన్ని చేకూరుస్తుందని వాళ్ళు గ్రహించకపోవడమే ఇందుకు కారణం.

ప్లేటో దృష్టిలో, నీతి నియమాలకి సంబంధించిన మూల సమస్య జ్ఞాన సమస్య. ఒక వ్యక్తికి నైతిక సత్ప్రవర్తన సుఖానికి దారితీస్తుందన్న విషయం తెలిస్తే, అతను లేక ఆమె సహజంగానే సక్రమ మార్గంలో ప్రవర్తించడం సంభవిస్తుంది.

చాలమంది క్రిస్టియన్ తత్త్వవేత్తలు ఇచ్ఛా సమస్యనే నీతి నియమాల మౌలిక సమస్యగా పరిగణించారు. ప్లేటో వారితో విభేదించాడు. ఈ క్రిస్టియన్ తత్త్వవేత్తలు మనుషులకి తరచుగా ఏది నైతికంగా సరైనదో తెలిసేవుంటుందనీ, అయితే, దాన్ని ఆచరించాలన్న ఇచ్ఛను ప్రదర్శించడంలోనే వాళ్ళకి పెద్ద సమస్య ఎదురవుతుందనీ వాదిస్తారు.

అన్యాయం చెయ్యటం కన్న, అన్యాయానికి గురి అవడం మరింత హీనమని ప్లేటో వాదించాడు. ఎందుకంటే, నీతి బాహ్య ప్రవర్తన అన్నది అస్వస్థ ఆత్మకి ఒక సంకేతం. ఏదైనా ఒక అన్యాయం చేసిన వ్యక్తి శిక్షింపబడటంకంటె, శిక్షింపబడకపోవడం మరింత హీనమైనది. ఎందుకంటే, వ్యాధుల్లోకెల్ల తీవ్రమైన ఈ వ్యాధిని నయం చేయడంలో శిక్ష తోడ్పడుతుంది.

మనోవిజ్ఞానం, రాజకీయాలు

ప్లేటో నీతి నియమాలకి మాదిరిగానే ఆయన రాజకీయ తత్త్వానికి కూడా మానవ ఆత్మని గురించిన ఆయన సిద్ధాంతమే ప్రాతిపదిక. ఆత్మ హేతుబద్ధమైన భాగం లేక మేధస్సు; ఇచ్ఛ లేక సంకల్పం; ఆకలి లేక వాంఛ అనే మూడు భాగాలుగా విభజితమైందని ప్లేటో వాదించాడు. ఈ భాగాలు మధ్య మధ్య ఒక దానితో మరొకటి ఘర్షణలోకి వస్తూంటాయి కనుక, ఆత్మలో ఈ మూడు భాగాలు ఉన్నాయని మనం తెలుసుకుంటాం. ఉదాహరణకి, ఒక వ్యక్తి దేన్నైనా వాంఛించ వచ్చు, కాని ఈ వాంఛని అతను తన సంకల్పశక్తిద్వారా ఎదుర్కోవచ్చు. సక్రమంగా పనిచేసే ఆత్మలో, అత్యున్నత భాగమైన మేధస్సు అత్యంత నిమ్న భాగమైన వాంఛను సంకల్పశక్తి సాయంతో అదుపు చెయ్యాలి.

ప్లేటో తన 'రిపబ్లిక్' అనే గ్రంథంలో ఆదర్శ రాజ్యాన్ని లేక సమాజాన్ని అభివర్ణించాడు. ఈ రాజ్యంలో లేక సమాజంలో ఆత్మలో మాదిరిగానే మూడు భాగాలు లేక తరగతులు ఉంటాయని ప్లేటో రాశాడు: 1) సమాజాన్ని పరిపాలించే తత్త్వశాస్త్రజ్ఞులైన రాజులు; 2) శాంతిభద్రతలను కాపాడి సమాజాన్ని కాపాడే రక్షకులు; 3) సమాజపు భౌతిక అవసర వస్తువులను సమకూర్చే సామాన్య పౌరులు, వ్యవసాయదారులు, వర్తకులు, వృత్తిపనివారు. తత్త్వశాస్త్రజ్ఞులైన రాజులు మేధస్సుకీ రక్షకులు సంకల్ప శక్తికీ (Will) ప్రాతినిధ్యం వహించగా; సామాన్య పౌరులు వాంఛలకు ప్రాతినిధ్యం వహిస్తారు. తత్త్వశాస్త్రజ్ఞులైన రాజులు రక్షకుల సాయంతో పౌరులను అదుపు చేస్తారు కనుక ప్లేటో ఆదర్శ రాజ్యం సక్రమంగా పనిచేసే ఆత్మని పోలివుంటుంది.

ఆత్మ నిత్యత్వం

శరీరం మరణించి, కుళ్ళిపోయినప్పటికీ ఆత్మ చిరంజీవిగా కొనసాగుతుందని ప్లేటో విశ్వసించాడు. శరీరం మరణించాక, ఆత్మ శుద్ధ రూపాల రాజ్యానికి పోతుందని ప్లేటో పేర్కొన్నాడు. అక్కడ అది శరీరం లేకుండా ఉంటూ రూపాలను ధ్యానిస్తూ ఉంటుంది. కొంతకాలం తర్వాత ఆత్మ మరో శరీరంలో ప్రతిష్ఠితమై ప్రపంచానికి తిరిగి వస్తుంది. అయితే, అలా తిరిగి ప్రతిష్ఠితమైన ఆత్మా రూపాల రాజ్యం గురించిన అస్పష్టమైన జ్ఞాపకాలతో, దాన్ని తిరిగి చేరుకోవాలని తపిస్తూ ఉంటుంది. మనుషులు ప్రేమలో పడేందుకు తమ ప్రియతముల అందంలో అందానికి సంబంధించిన ఆదర్శ రూపాన్ని, తాము దేన్ని అస్పష్టంగా గుర్తించి, దేనికోసం తపిస్తూవుంటారో... ఆ ఆదర్శ రూపాన్ని గుర్తించడమే కారణమని ప్లేటో వాదిస్తాడు.

"మెనో" అనే తన గ్రంథంలో ప్లేటో జ్ఞానశూన్యుడైన ఒక బానిస బాలుడికి సోక్రటీస్ పాత్రచేత వరుసగా కొన్ని ప్రశ్నలు వేయించడం ద్వారా రేఖాగణితశాస్త్ర సారాన్ని బోధింపజేస్తాడు. ఏ సమాచారమూ పొందకుండానే ఆ బానిస బాలుడు శాస్త్ర జ్ఞానసారం పొందడం బట్టి, అధ్యయనం అన్నది రూపాల రాజ్యంలో ఆత్మ అనుభవించినదాన్ని జ్ఞప్తికి తెచ్చుకోవడమే అని ప్లేటో నిర్ధారించాడు.

కళ

ప్లేటో కళపట్లా, కళాకారులపట్లా విమర్శనా దృష్టిని ప్రదర్శించాడు. ప్రజల శీలాలను మలచడంలో కళలకి గల ప్రభావం దృష్ట్యా కళలపైన కచ్చితమైన నిఘా వుండాలని ఆయన విజ్ఞప్తి చేశాడు. తన రూపాల సిద్ధాంతాన్ని వినియోగించి, ప్లేటో తారతమ్య రీత్యా కళాకారుల కంటె వృత్తిపనివారు మెరుగైనవారని తేల్చాడు. వడ్రంగి తయారుచేసే ఒక టేబిలు, టేబిలు ఆదర్శ రూపానికి అసమగ్రమైన కాపీ కాగా, టేబిలు పెయింటింగు కాపీకి కాపీ అనీ, ఆదర్శ రూపానికి మరెంతో ఎడమైనదనీ ప్లేటో వాదించాడు.

కళాకారులూ, కవులూ సర్వ సామాన్యంగా తమ కృతులను వివరించలేరని ప్లేటో వక్కాణించి చెప్పాడు. కళాకారులకి తమ సొంత కృతులకే అర్థం తెలిసినట్లు కనిపించదు గనుక, వాళ్ళకేదో విశిష్ట జ్ఞానం వుండబట్టి వాళ్ళు కళాసృజన చేయడంలేదనీ, హేతు విరుద్ధమైన ఆవేశంచేత, ఒకమాదిరి 'దైవిక ఉన్మాదం'చేత ఆకృష్టులై వాళ్ళు కళా సృజన చేస్తారనీ ప్లేటో నిర్ధారించాడు.

పాశ్చాత్య చింతన రంగంలో ప్లేటో స్థానం

ప్లేటో మరణానంతరం, ఆయన భ్రాత్రీయుడు స్ప్యూసిపస్ అకాడెమీకి ఆధ్వర్యం వహించాడు. ఆ విద్యాలయం క్రీ.శ. 529 దాకా పనిచేసింది. ఆ ఏడాది బైజాంటియన్ చక్రవర్తి మొదటి జస్టీనియన్ ఏథెన్సులోని తత్త్వశాస్త్ర విద్యాలయాలన్నింటినీ, అవి కుహనా మతాన్ని (Pagemism) బోధిస్తున్నాయని భావించి, మూసేశాడు. అయితే ప్లేటో ప్రభావం అకాడెమీకి మాత్రమే పరిమితంకాలేదు. ప్లేటో తత్త్వశాస్త్రం క్రీస్తు జననానికి కొద్దికాలం తర్వాత అలెగ్జాండ్రియాలో నివసించిన ఫిలో అనే ఒక ముఖ్య యూదు తత్త్వ శాస్త్రవేత్తని ప్రగాఢంగా ప్రభావితం చేసింది. క్రీ.శ. 200లలో రోము నగరంలో, ప్లేటో చింతనను ఆధారం చేసుకొని ప్లోటినస్ ఒక తత్త్వశాస్త్రాన్ని అభివృద్ధిచేశాడు. ప్లేటో తత్త్వశాస్త్రపు ఈ కొత్త నమూనా నయా ప్లేటోనిజం అని పేరు పొందింది. ఇది మధ్యయుగాల్లో క్రిస్టియన్ మతాన్ని విశేషంగా ప్రభావితం చేసింది.

బోథియస్, సెయింట్ అగస్టిన్ వంటి తత్త్వ శాస్త్రజ్ఞుల రచనలద్వారా, ప్లేటో మధ్యయుగంలో క్రిస్టియన్ తత్త్వశాస్త్రం పై ప్రాబల్యం వహించాడు. క్రీ.శ. 1200లలో క్రిస్టియన్ ప్రపంచంపైన మిక్కిలి గొప్ప తాత్త్విక ప్రభావం విషయంలో ప్లేటోకన్న అరిస్టాటిల్‌ది పై చెయ్యి అయ్యింది. రినైజాన్స్ (పునర్వికాస యుగం) కాలంలో ప్లేటో తత్త్వశాస్త్రంపట్ల ఆసక్తి పునరుజ్జీవితమై, పెంపొందింది. క్రీ.శ. 1400లలో కళాపోషకులుగా ప్రసిద్ధి చెందిన మెడిచీ కుటుంబం ఫ్లోరెన్సులో ప్లేటో తత్త్వశాస్త్ర అధ్యయన కేంద్రంగా ప్లేటో స్థాపించిన తరహా అకాడెమీ ఒకదాన్ని నెలకొల్పింది. క్రీ.శ. 1600ల మధ్యలో ఆంగ్ల తత్త్వ శాస్త్రవేత్తల ముఖ్య బృందం ఒకటి కేంబ్రిడ్జి విశ్వవిద్యాలయంలో కేంబ్రిడ్జి ప్లేటోనిస్టుల బృందంగా ప్రసిద్ధి చెందింది. వాళ్ళు ప్లేటో బోధలనూ, నయా ప్లేటోనిస్టుల బోధలనూ వినియోగించి హేతుజ్ఞానాన్ని మతంతో సమన్వయపరచే ప్రయత్నం చేశారు.

అరిస్టాటిల్ (క్రీ.పూ. 384-322)

గ్రీకు తత్త్వవేత్త, విద్యావేత్త, శాస్త్రవేత్త అయిన అరిస్టాటిల్ పాశ్చాత్య సాంస్కృతిక రంగంలో మిక్కిలి గొప్ప, అత్యంత ప్రసిద్ధ చింతనాపరుల్లో ఒకడు. ప్రామాణిక లేక ప్రాచీన గ్రీకు తత్త్వవేత్తల్లో కెల్ల అరిస్టాటిల్ బహుశా మిక్కిలి గొప్ప పండితుడు, విద్వాంసుడు. తనకి పూర్వపు గ్రీకు చింతనాభివృద్ధినంతటినీ ఆయన అపోసన పట్టాడు. తనకి వారసత్వంగా లభించిన సుసంపన్నమైన మేధాపర సంప్రదాయమంతటినీ ఆయన తన రచనల్లో పరిశీలించాడు, క్లుప్తీకరించాడు, విమర్శించాడు, యితోధికంగా అభివృద్ధిచేశాడు. అరిస్టాటిలూ, ఆయన గురువైన ప్లేటో గ్రీకు తత్త్వవేత్తల్లోకెల్ల అతి ముఖ్యులుగా పరిగణింపబడుతున్నారు.

అరిస్టాటిల్ జీవితం

అరిస్టాటిల్ ఉత్తర గ్రీసులోని స్టాగిర అనే ఒక చిన్న పట్టణంలో జన్మించాడు. ఆయన తండ్రి అయిన నికొమాకస్ గ్రీసు సమీపంలోని మాసిడోనియా రాజైన రెండవ అముంటస్‌కి ఆస్థాన వైద్యుడు. అముంటస్ మాసిడోనియా రాజైన ఫిలిప్‌కి తండ్రి, అలెగ్జాండర్ ది గ్రేట్‌కి తాత. అరిస్టాటిల్ బాల్యంలోనే ఆయన తల్లిదండ్రులు మరణించారు. తర్వాత ఆయన ప్రోక్సిజినస్ అనే ఒక బంధువు ఇంట పెరిగాడు.

అరిస్టాటిల్ సుమారు తన 18వ ఏట ఏథెన్సులోని ప్లేటో స్కూల్లో (అకాడెమీలో) చేరాడు. ఆయన సుమారు 20 ఏళ్ళు ఆ అకాడెమీలో వుండిపోయాడు. అరిస్టాటిల్‌ని అకాడెమీలోకెల్ల అత్యంత ప్రతిభావంతుడైన, విద్వత్తుగల విద్యార్థిగా గుర్తించిన ప్లేటో, ఆయన్ని "పాఠశాల మేధస్సు"గా, "రీడరు"గా పరిగణించాడు.

ప్లేటో క్రీ.పూ. 347ల మరణించాడు. అరిస్టాటిల్ ఏథెన్సులోని అకాడెమీని వదలి, అకాడెమీ పూర్వ విద్యార్థి అయిన హెర్మెయస్‌తో కలిసి వుంటున్న ప్లేటో శిష్యుల చిన్న బృందంలో చేరాడు. హెర్మెయస్ ఆసియా మైనర్‌లోని అటార్నియస్, అస్సోస్ అనే రెండు కోస్తా పట్టణాలకి పాలకుడయ్యాడు. హెర్మెయస్‌తో సుమారు మూడేళ్ళబాటు కలిసివున్న అరిస్టాటిల్ ఆ పాలకుడి పెంపుడు కుతురైన పిథియస్‌ని పెళ్ళి చేసుకున్నాడు.

క్రీ.పూ. 343 లోనో, 342లోనో మాసిడోనియా రాజైన రెండవ ఫిలిప్, తన చిన్నకొడుకు అలెగ్జాండర్ విద్యాబుద్ధుల విషయంలో అజమాయిషీ చెయ్యమని అరిస్టాటిల్‌ని ఆహ్వానించాడు. అలెగ్జాండర్ దరిమిలా గ్రీసు దేశమంతటినీ జయించి, పెర్షియన్ సామ్రాజ్యాన్ని కూలదోసి, 'అలెగ్జాండర్ ది గ్రేట్'గా ప్రసిద్ధి చెందాడు. అలెగ్జాండర్ – అరిస్టాటిల్ దగ్గర క్రీ.పూ. 336 దాకా విద్యాభ్యాసం చేశాడు. క్రీ.పూ. 336లో తన తండ్రి హత్య అనంతరం యువకుడైన అలెగ్జాండర్ పాలకుడయ్యాడు.

సుమారు క్రీ.శ. 334 ప్రాంతంలో అరిస్టాటిల్ ఏథెన్సుకి తిరిగివెళ్ళి, అక్కడ లిసియమ్ అనే పాఠశాలను ప్రారంభించాడు. అరిస్టాటిల్ పాఠశాలకీ, ఆయన తత్త్వశాస్త్రానికీ 'పెరిపాటెటిక్' (Perepatetic) అనే పేరు వచ్చింది. ఈ గ్రీకు పదానికి 'విహరించడం' అని అర్థం. అరిస్టాటిల్ నడుస్తూ తన విద్యార్థులకు తత్త్వశాస్త్రాన్ని బోధిస్తూ వుండటం బట్టి ఈ మాట స్థిరపడింది.

క్రీ.పూ. 323 లో అలెగ్జాండర్ మరణించాడు. అటు తర్వాత కొద్దికాలానికే ఏథెన్సువాసులు అరిస్టాటిల్‌మీద 'దైవభక్తి రాహిత్య' నేరారోపణ చేశారు. వాళ్ళు అలా చేసేందుకు బహుశా తమని జయించిన అలెగ్జాండర్‌తో ఆయనకి గల స్నేహం మూలంగా కలిగిన అసూయ కారణమై వుండవచ్చు. క్రీ.పూ. 399లో తత్త్వవేత్త సోక్రటీస్‌కి యిదే మాదిరి నేరారోపణపై మరణశిక్ష విధింపబడింది. సోక్రటీస్‌కి

పట్టిన గతిని మరచిపోని అరిస్టాటిల్ చాల్సిస్ నగరానికి పారిపోయాడు. ఏథెన్సువాసులు తత్త్వశాస్త్రానికి వ్యతిరేకంగా "రెండుమార్లు పాపం చేయకుండా" తను ఏథెన్సునుంచి వెళ్ళిపోయినట్లు అరిస్టాటిల్ దరిమిలా పేర్కొన్నాడు. అటు తర్వాత ఒక ఏడాదికి అరిస్టాటిల్ చాల్సిస్ నగరంలో మరణించాడు.

అరిస్టాటిల్ రచనలు

అరిస్టాటిల్ రచనలు సామాన్యంగా మూడు గ్రూపులుగా విభజింపబడుతూ ఉంటాయి: 1) సరళ సుబోధక రచనలు, 2) Memoranda, 3) Treatises.

సరళ సుబోధక రచనల్లో ఎక్కువభాగం ప్లేటో రచనల మాదిరి సంవాదాలు. ఈ సంవాదాలు అరిస్టాటిల్ యింకా ప్లేటో అకాడెమీలో వున్న రోజుల్లో రచించినవి. ఈ సంవాదాలు అకాడెమీలోని తత్త్వవేత్తల కోసంగాక, దాని వెలుపల వున్న సామాన్య పాఠకలోకంకోసం ఉద్దేశింపబడ్డాయి. అందుకనే, అరిస్టాటిల్ వాటిని తన `exoteric' (గ్రీకు భాషలో 'బాహ్య' అని దీని అర్థం) రచనలు అని పేర్కొన్నాడు. ఈ రచనలు మిగల్లేదు. కానైతే, తదుపరి రచయితల రచనల్లో వీటి ప్రస్తావనలు, వీటి నుంచి ఉల్లేఖనలు చాలావున్నాయి.

విజ్ఞానశాస్త్రం గురించీ, నిర్దిష్ట సూత్రాలను కలిగి, విభిన్న విషయాంశాలకు సంబంధించిన వివిధ విజ్ఞాన శాస్త్రాలను గురించీ ఆయన ఊహించాడు. భౌతికశాస్త్రం, ఖగోళశాస్త్రం, మనోవిజ్ఞానశాస్త్రం, జీవశాస్త్రం, శరీర ధర్మశాస్త్రం, శరీర నిర్మాణశాస్త్రం వంటి అంశాలపై అరిస్టాటిల్ రచనలు చేశాడు. దరిమిలా 'అధి భౌతికశాస్త్రం' అని పిలవబడిన 'తొలి తత్త్వశాస్త్రాన్ని' కూడా అరిస్టాటిల్ పరిశీలించాడు.

అరిస్టాటిల్ తొట్టతొలి తత్త్వశాస్త్ర విధానాన్ని రూపొందించాడు. ఆయన తత్త్వశాస్త్రంలో పరిశోధనా, జ్ఞాన శాఖలన్నీ యేదో ఒక సర్వతోముఖ వ్యవస్థలో భాగాలు. అవి ఒకే మాదిరి భావనలచేతా, సూత్రాలచేతా అనుబంధితమై వున్నాయి. ప్రకృతిలోవున్న వాటన్నింటికీ ఏదో ఒక ప్రయోజనం వుందని అరిస్టాటిల్ విశ్వసించాడు. అరిస్టాటిల్ తత్త్వశాస్త్రం ప్రకారం, ప్రతి ఒక్కటీ దాని ప్రయోజనం బట్టి నిర్ణయింపబడుతుంది. అన్నీ తమ స్వభావాలను ఈ ప్రయోజనాలను సాధించడంద్వారా సఫలం చేసుకొన ప్రయత్నిస్తాయి.

మనకి తెలిసినదానినుంచి లేక మనం తెలుసునని అనుకునేదానినుంచి బయల్దేరి, ఎలా? ఏమిటి? ఎందుకు? అని ప్రశ్నించడం - యిదీ అరిస్టాటిల్ మౌలిక పరిశీలనా పద్ధతి. తన అధి భౌతికశాస్త్రం (Metaphysics)లో ఆయన తొలి కారణం (First cause) అనే భావాన్ని అభివృద్ధి చేశాడు. 'స్వయంభువు' (not itself camed by anything) అయిన ఈ 'తొలి కారణాన్ని' అస్తిత్వానికి మూల కారణంగా

పేర్కొన్నాడు. దరిమిలా క్రిస్టియన్ మత శాస్త్రజ్ఞులు ఈ భావాన్ని దేవుడి అస్తిత్వానికి మూలవాదంగా అవలంబించారు. ప్రతి ఒక్కడూ ఏదో ఒక మంచిని తన లక్ష్యంగా పెట్టుకుంటాడని బోధించాడు. ఆనందం అనేది సుఖంలో కాక, నీతివంతమైన కార్యకలాపంలో వుంటుందని ఆయన అన్నాడు. నీతివంతమైన కార్యకలాపం అంటే, అతి మంచికీ, అతి చెడుకీ మధ్యేమార్గంలో ప్రవర్తించడం అని ఆయన అభిప్రాయపడ్డాడు. ఉదాహరణకి భీరుత్వానికీ, దుస్సాహసానికీ ధైర్యాన్ని ఆయన మధ్యేమార్గంగా పరిగణించాడు. మనోధ్యాన స్థితిని అత్యుత్తమమైన ఆనందంగా అరిస్టాటిల్ విశ్వసించాడు.

❀ ❀ ❀

సోక్రటీస్‌ని గురించి...

"సోక్రటీస్ ఏకేశ్వరోపాసన పట్ల విశ్వాసం కలిగిన నాస్తికుడు." - వోల్టేర్

❀ ❀ ❀

"జీవించడం ఎలాగో, మరణించడం ఎలాగో గొప్ప సత్యాగ్రహి అయిన సోక్రటీస్ నుంచి భారతీయులు నేర్చుకోవాలి." - గాంధీ

❀ ❀ ❀

"నేను బార్బేరియన్‌గా కాక గ్రీకుగా, బానిసగా కాక స్వతంత్రుడిగా, స్త్రీగా కాక పురుషుడిగా జన్మించినందుకు; అందునా సోక్రటీస్ యుగంలో జన్మించినందుకు భగవంతుడికి నా కృతజ్ఞతలు." - ప్లేటో

సోక్రటీస్ (క్రీ.పూ. 469-399) గ్రీకు తత్త్వవేత్త. సోక్రటీస్ సిద్ధాంతం భౌతికవాద ప్రకృతి తత్త్వంనుంచి భావవాదానికి పరివర్తనను ప్రారంభించింది. ఆయన ఏథెన్సులో జీవించాడు, అక్కడే బోధించాడు. ఆయనకి వున్న పలువురు శిష్యుల్లో ప్లేటో, ఆంటిస్తెనెస్, అరిస్టిపస్‌లు వున్నారు. సోక్రటీస్ స్వయంగా ఏ రచనలూ చేయలేదు. ప్లేటో, అరిస్టాటిల్‌ల రచనలద్వారా సోక్రటీస్ సిద్ధాంతం వెలుగులోకి వచ్చింది. ప్రపంచం నిర్మాణం, వస్తువుల భౌతిక స్వభావం తెలియరానివి. మనం మనల్ని గురించి మాత్రమే తెలుసుకోగలం వస్తువులను గురించిన తన ఈ అవగాహనను సోక్రటీస్ "నిన్ను నీవు తెలుసుకో" అనే సూత్రంద్వారా వ్యక్తంచేశాడు. సోక్రటీస్ అభిప్రాయం ప్రకారం జ్ఞానం ఒక భావం, సార్వత్రికమైనదాన్ని గురించిన భావన. భావనలు నిర్వచనాల ద్వారా వెల్లడవుతాయి, అనుమానంద్వారా సమీకరింపబడతాయి. సోక్రటీస్ స్వయంగా ఉదాహరణప్రాయంగా ధైర్యం, న్యాయంవంటి నైతిక భావనలకు సంబంధించిన నిర్వచనాలను, సాధారణీకరణలను యిచ్చాడు. ఏదైనా ఒక భావనకు నిర్వచనం యిచ్చేముందు సంభాషణ జరిగేది. సంభాషణ క్రమంలో వేయబడే ప్రశ్నలు ఎదుటివాడి ఆలోచనలని వైరుధ్యాలను బహిర్గతం చేస్తాయి. వైరుధ్యాలను వెల్లడించడం కుహనా జ్ఞానాన్ని పారదోలేందుకు దారితీస్తుంది. అదే సమయంలో ఎదుటివాడి మనస్సులో తలెత్తిన అశాంతి, అసలైన సత్యాన్వేషణకు ప్రేరణను కల్పిస్తుంది. పిడివాద ఉద్ఘాటనల పట్ల, విమర్శనాత్మక వైఖరి పర్యవసానమయిన సోక్రటీస్ ప్రశ్నోత్తరపద్ధతి వాదం సోక్రటీక్ "వ్యంగ్యం"గా ప్రసిద్ధి చెందింది. సోక్రటీస్ నీతి సూత్రాలు హేతుబద్ధమయినవి: పాపకార్యాలకు మూలం అజ్ఞానం. ఎవడూ తనకు తానుగా కావాలని చెడ్డవాడుకాడు.

(Dictionary of Philosophy, Progress Publishers, Moscow.)

సోక్రటీస్ సుభాషితాలు

1. "పొరపాట్లు, పాక్షిక దృష్టి, మూర్ఖత్వం – యిదే పాపం."

2. "శాంతి, భద్రత, సద్భావం వర్ధిల్లాలంటే స్పష్టమైన దృక్పథం వున్నప్పుడే సాధ్యం."

3. "జ్ఞానంపైన కాక, సంఖ్యాబలంపైన ఆధారపడటం తప్పు. అత్యంత వివేకవంతులు నాయకత్వం వహించినప్పుడు మాత్రమే రాజ్యాన్ని పరిరక్షించడం, దాన్ని బలోపేతం చేయడం సాధ్యం."

4. "అత్యున్నత జ్ఞానం మంచి చెడులను గుర్తించిన జ్ఞానం, జీవితానికి సంబంధించిన వివేకం గురించిన జ్ఞానం."

5. "తత్త్వశాస్త్ర బోధకులు మంచివాళ్ళా లేక చెడ్డవాళ్ళా అని ఆలోచించకు, తత్త్వశాస్త్రం గురించి మటుకే ఆలోచించు. దాన్ని బాగా, క్షుణ్ణంగా పరిశీలించు, పరిశోధించు. అది చెడ్డదైతే, మనుషులందర్నీ దానికి విముఖుల్ని చెయ్యి, నేను నమ్ముతున్నట్లు అది మంచిదైతే దాన్ని అనుసరించు, దానికి సేవచెయ్యి."

6. "నేను ఏమిటి? నేను ఎవర్ని? అని తర్కించుకోని వ్యక్తి జీవితం వ్యర్థం."

7. "ఏ మనిషీ తెలిసి చెడుగు చేయడు."

8. "కార్యాచరణ – జ్ఞానంతో సమానమైనది. సరైన కార్యాచరణలో ఆలోచన యిమిడి వుంటుంది. కనుక సల్లక్షణాలను, సద్గుణాలను మనిషికి అలవరచవచ్చు."

9. "ఎన్నుకోబడినంత మాత్రాన పాలకులు కాజాలరు, పరిపాలనా జ్ఞానం వున్నవాళ్ళు మాత్రమే పాలకులు అవాలి."

10. "మరణం శరీరానికే, ఆత్మకి కాదు."

ఆధార గ్రంథాలు

1) Plato: "Collected Dialogues," Edited by Edith Hamilton and Huntington Cairus. Bollingen Series LXXI, Seventh Edition, 1973.

2) "The Story of Philosophy" by will Durant.

3) "Great Philosophers" by Henry Thomas. Bharatiya Vidya Bhavan, Bombay, 1964.

4) "Plato" by Alexei Losev & Aza Takhogodi, Progress Publishers, Moscow, 1977.

5) "The Word Book of Encyclopedia."

6) "Dictionary of Philosophy," Progress Publishers, Moscow.